பார்வை வழிப் பயணம்

லதா

முயற்கூடு

5/10A, மகாலட்சுமி நகர், ராமாபுரம்,
சென்னை–89.
செல் : 96986 88880

பார்வை வழிப் பயணம் ★ கட்டுரை ★ ஆசிரியர்: லதா ★ லதா© ★ முயற்கூடு முதல் பதிப்பு : டிசம்பர் 2021 ★ இரண்டாம் பதிப்பு : டிசம்பர் 2024 ★ வெளியீடு: முயற்கூடு பதிப்பகம், 5/10A, மகாலட்சுமி நகர், ராமாபுரம், சென்னை–89. செல் : 9698688880, ★ பக்கம்: 160 ★ விலை: ரூ. 150

Paarvai vazhi payanam ★ Essays ★ Latha ★ Latha© ★ First Edition: December 2021 ★ Second Edition : December 2024 ★ Pages 160 ★ Price:150 ★ Published by: Muyarkudu Pathippagam ★ 5/10A, Mahalaxmi Nagar, Ramapuram, Chennai - 89. Cell: 9698688880 ★ E-mail: muyarkudupublisher@gmail.com ★ Printing at: AK Binding No.2, Ponnappan Street, Triplicane, Chennai - 600 005. ISBN : 978-81-955584-0-7

பதிப்புரை

வெந்து தணியுமா காடு? வேறு ஆயுதம் வேண்டுமா?

சமூகம், தனிமனிதன் இந்த இரு பிணைப்புகளும் ஒன்றை ஒன்று விட்டு அகல முடியாதவை. எப்படி ஆண் பெண் பிணைப்போ அப்படி.

அச்சம் அதிலிருந்து விடுபட. பாதுகாப்பு என்று ஓர் சங்கிலி வளையம் இட்டுள்ளது உலக வாழ்வு.

அச்சம் எதற்கு? பாதுகாப்பு எதற்கு? நீ நீதான். நான் நான்தான் என்று சுயம் போராடுகிறது. இரு. இருந்துவிட்டுப்போ, விருப்பப்படி. சுயத்தைத் தேடி லதா செய்திருக்கிற பயணம்தான் இது. சில சூடான கேள்விகளை முன் வைக்கிறார். கண்ணில் கண்ட காட்சிப் பயணங்களில் நேர்ந்த சிந்தனைகளைப் படம்பிடித்து எழுத்தாக்கி இருக்கிறார்.

"இந்த உலகம் ஏதோ ஒரு பொறுப்பை நம் தலையில் சிறு வயதிலிருந்தே சுமத்திக்கொண்டிருக்கிறது. பொறுப்பெடுத்துக் கொள்பவன் உயர்ந்தவன் என ஒரு வலை பின்னி வைத்திருக்கிறது. தான், தனக்கென ஒரு வாழ்வு என்பதைக் குழிதோண்டிப் புதைத்து எவருமே தனக்காக வாழாமல் மற்றவருக்காக இருக்க வேண்டிய ஒரு கட்டாயத்தை உருவாக்கி வைத்திருக்கிறது. எதிர்பார்ப்புகளுக்கும் கிடைப்பதற்குமான இடைவெளி இருந்துகொண்டே இருக்கிறது நாமே உணராமல். அது ஊசிமுனை அளவு இடைவெளியாக இருந்தாலும் அதுதான் பூதாகாரமாகிறது."

சிறுசிறு கருத்துகள், கருத்து வேற்றுமைகள், விருப்பு வெறுப்புகள், ஆசைகள் என்று மனித

சமூகம் கட்டுண்டிருக்கிற அடிமைத்தனங்கள்பற்றி ஒரு பார்வை தந்துவிட்டு "என்று மடியும் எங்கள் அடிமையின் மோகம்?" என்று ஒரு பெருமூச்சின் ஒலி கேட்கிறது. அது பாரதி விட்ட பெருமூச்சு. நேரடியாக இல்லாவிட்டாலும் பத்துப்பாட்டும், பதினெண் கீழ்க்கணக்கும், சித்தர் பாடல்களும், நேற்று திடீரென்று கடவுள் இல்லாததைக் கண்டுபிடித்த ஈ.வே.ரா.வும் விட்ட பெருமூச்சு. அறிவுலகக் குடிமக்கள் அடிக்கடி விடும் பெருமூச்சு.

கூட்டத்தோடு கூட்டமாக இரு. இல்லாவிட்டால் தொலைந்துபோவோம் என்று தனிமைக்கு அஞ்சும் மடமையை லதா கேள்வி கேட்கிறார். நான்கு பேர் என்ன நினைப்பார்கள் என்ற பயத்தின் சிறை உடைந்து விதி தளர்ந்துவிட்ட காலம் இது. இதற்கு லதாவின் பார்வை வழிப் பயணம், தன் பயண அனுபவத்தைச் சொல்கிறது.

'நால்வர்' இன்று நம்மைப் பற்றிப் பேசுவார்கள், நாளை வேறு 'நால்வர்'களைப் பற்றிப் பேசுவார்கள். நாம் நம்மைப் பற்றி மட்டும் பேசுவோம்.

பெண்ணியம் பேசும்போதே அதன் எதிர் கோணங்களிலும் இவரது பார்வை பயணம் செய்கிறது.

கணவனுடன் வாழ விருப்பமில்லாவிட்டாலும் அவனால் கிடைக்கும் வசதிகளுக்காக அவனுடன் வாழ்ந்துகொண்டு அவனைத் தினமும் நிம்மதி இல்லாமல் தவிக்கவிடும் பெண்கள் எத்தனை?

நான் உடல் தெரிய ஆடை அணிவேன் ஆனால் யாரும் பார்க்கக் கூடாது என நினைப்பது எதில் சேர்த்தி? அணிவதே பார்ப்பதற்குத்தான் என்ற மன ஒப்புதல்கூட இல்லை எனில் என்ன பெண்ணியம் வேண்டி இருக்கிறது?

ஒருவனுடன் உடன்பட்டுப் படுத்துவிட்டு, நாளை அவன் திருமணம் புரியவில்லை எனில் அவன் என்னை ஏமாற்றிவிட்டான் எனக் கூச்சல் போடுவது

எதில் சேர்த்தி? படுத்தவனுடன்தான் வாழ்வேன் என்ற கற்புக்கரசியாக இருந்தால், திருமணத்திற்குமுன் படுக்க ஏன் இடம் கொடுக்க வேண்டும்? நமக்கும் தேவைப்பட்டுச் செய்த காரியத்திற்கு அவனை மட்டும் குற்றவாளி ஆக்குவது எதில் சேர்த்தி?

கணவனுடன் படுத்துவிட்டு அதை இருவரின் சுகம் என எண்ணாமல், ஏதோ அவனுக்காகத் தியாகம் செய்து விட்டுக் கொடுத்துப் போவது போலவும், அவனுக்கு ஏதோ உதவி செய்தது போலவும் நமக்கு அதில் எதுவுமே கிடைக்காதது போலவும் பேசுவது எதில் சேர்த்தி?

வெளியில் பெண் சுதந்திரத்திற்குக் குரல் கொடுத்து, வீட்டில் என்னடி சமையல் செஞ்சிருக்க எனத் தட்டை விட்டெறியும் ஆணைவிட மோசம் வெளியில் பெண்ணியம் பேசித் தன் வாழ்வின் வசதிக்காக ஆணின் பின்னால் ஒளிந்து கொள்பவர்கள். பெண் என்பதால் கிடைக்கும் சலுகைக்காகச் சுயம் இழந்து வாழ்பவர்கள்.

தன்னை மதிக்காதவர்களுக்கானக் கேள்விகளை முன் வைத்து நூலை முடிக்கிறார்.

'நம்மாலே நம்முடன் இருக்க முடியாதெனில், வேறு யார் நம்முடன் இருக்க முடியும்? நம்மை நாமே ஏற்காவிடில், வேறு யார் நம்மை ஏற்பர்? நம் மேல் நமக்கே அன்பில்லாவிடில், வேறு யார் அன்பு செலுத்துவர்? நம்மை நாமே மதிக்காவிடில், நம்மை வேறு யார் மதிப்பர்?'

அக்கினிக் குஞ்சொன்று கண்டு அதை ஒரு புத்தகப் பொந்தில் புதைத்துத்தந்திருக்கிறேன். வெந்து தணியுமா காடு? வேறு ஆயுதம் வேண்டுமா?

சொல்லட்டும் காலம். வாழ்த்துவோம் நாம்.

அன்புடன்
வையவன்

அணிந்துரை!

'பார்வை வழிப் பயணம்!' நூலின் தலைப்பைப் பார்த்தவுடன் உண்மையில் திகைத்துத்தான் போனேன். 'கண் போன போக்கிலே கால் போகலாமா?' என்ற கேள்வி எழத்தான் செய்தது. ஆனால், உள்ளே நுழைந்து பார்த்தபோதுதான் நிர்ப்பந்தங்கள் – நியாயங்கள் – நீதி – சமத்துவம் ஆகியவற்றின் நவீன கால முரண்கள் விரிவாக்கப்பட்டதை உணர்ந்தேன். அருமையான பார்வையில் பயணம் பாதை போடுவதை அறிந்து பிரம்மித்துப் போனேன்! இந்நூலாசிரியர் லதா அவர்கள் வெகு பலருக்கும் முகநூல் தோழியாக உலா வருபவர். எனக்கும் அப்படியே அறிமுகம். அவருடைய அன்பும் நேர்மையும் தெளிவான பார்வையும், உள்ள உரமும் அவரை என் தாயாக, தங்கையாக ஏற்றுக்கொள்ள வைத்தன.

இக்கட்டுரைத் தொகுப்பில், வன்புணர்வு, பெண் கொடுமை ஆகியவற்றுக்கு எதிரே சட்டங்கள் செயலற்றுவிட்ட நிலையில், சமுதாய சீர்திருத்தத்தைச் சீரிய முறையில் எடுக்கிறார் ஆசிரியர் லதா அவர்கள். ஆயினும் பெண்ணுரிமைப் போர்க்குரல் மட்டுமல்லாது இருபால் சமத்துவம் இருள் கிழித்துப் பிறக்கிறது இவர் எழுத்துக்களில்.

இந்நூலில் அடங்கியுள்ள அறிய கருத்துகளான ஆண்–பெண் உறவு, அதிலிருந்து விளையும் சிக்கல்கள், பாலியல் புரிதல், அதற்கேற்ற கல்வி, ஆத்திக–நாத்திக நியாயங்கள், சர்ச்சை என எதுவாகட்டும், யாரும் எட்டிப் பார்க்க விரும்பாதவற்றை, இயலாதவற்றை, தொட்டுப் பார்த்துத் தோலுரிக்கின்றார் ஆசிரியர்.

பல கருத்துகளில் எனக்கும் முரண்பாடிருப்பினும் அவருடைய நியாயமான வாதங்களும் சிந்தனைகளும் விலக்கிவிட இயலாது ஏற்கவே வைக்கிறது. இறையுணர்வு மிக்கவன் நான் என்ற போதிலும், அதற்கும் அப்பாற்பட்டதே ஆன்மீகம் என்பதையே ஆணித்தரமாக அறைகின்றார் ஆசிரியர் லதா அவர்கள்.

> 'சாத்திரங்கள் ஓதுகின்ற சட்டநாத பட்டரே
> வேர்த்திறைப்பு வந்த போது வேதம் வந்து உதவுமோ?
> மாத்திரைப்போதுமுளே மலிந்து தொக்க வல்லீரேல்
> சாத்திரப்பை நோய்களேது சக்தி முத்தி சித்தியே!'

என்னும் சிவவாக்கியர் பாடல் நினைவுக்கு வருகிறது. லதா அவர்களின் கோணமே தூய ஆன்மீகம் என்பது இந்நூல் வாசித்து யோசித்தால் புலப்படும். அரைகுறை ஆன்மீக அறிவைக் காட்டிலும் நிலையின் திரியா நாத்திகம் சிறந்தது என்பதில் யாருக்கும் மாற்றுக் கருத்து இருக்க முடியாது. காலத்துக்கேற்ற கர்மயோகியாக இவ்வாறு காட்சியளிக்கிறார் ஆசிரியர்.

இவை மட்டுமா? தன்னம்பிக்கை, தளரா முயற்சி, ஆகியவற்றுக்கு உளவியல் பார்வையில் உண்மை விளக்கம் தருகிறார். மேலும் சமுதாயச் சொறிகளான ஆடம்பர திருமணச் செலவு, அடுத்தவர்க்காய் வாழ்தல், ஆகியவற்றுக்கு எதிராகக் கணை தொடுத்து, 'கட்டுப்போடு என்பதெல்லாம் பூச்சு வேலை, வெட்டி எடு, சீர்திருத்த சுட்டுப்போடு!' எனும் ரீதியில் வாளேந்துகிறார். சுருங்கச் சொல்லின், சமுதாயப் போர்வையில் மறைந்துகிடக்கும் தனியோரைத் தட்டி எழுப்பி ஒரு புதிய சமுதாயம் படைக்கும் முயற்சியே இது.

இன்றைய நிலையில், புரையோடிப்போன சமுதாயப் புற்றுநோயைக் குணமாக்க சமுதாய மாற்றம் வேண்டும் என்றாலும், தலைமை என்பது தனிநபர் பொருட்டே, பின் செல்லவே சமுதாயம் என்பது உணர்ந்து தனி ஆளாக வாளேந்துகிறார் லதா அவர்கள். இந்த ஒருத்திக்குள்ளே ஒரு பெரும் படையே ஒளிந்துகிடக்கிறது என்றால் அது மிகையாகாது. நாமும் தோள் கொடுப்போம்!

இதோ இந்தச் சிந்தனைச் சிற்பியிடமே உங்களை விட்டுவிடுகிறேன். இந்நூலின் பொருள் ஏற்றால் நாளை நல்ல சமுதாயம் உருவாகும் என்ற நம்பிக்கை ஒளிர்விடுகிறது. 'உருவாகட்டும்!' என்று நல்லவர் இதயங்கள் வாழ்த்தும்.

கவிஞர் 'பிரங்கி' சடகோபன்
Cost Accountant, Advocate & Lyricist

ஆசிரியர் உரை!

மாற்றங்கள்... உலகம் என்று உருவானதோ தெரிய வில்லை... ஆனால் அன்றிலிருந்து இன்றுவரை மாற்றங்கள் ஒன்றுதான் மாறாமல் இருக்கிறது. ஆனால், ஒவ்வொரு மாற்றத்தின் போதும் அதை ஏற்றுக் கொள்ளும் தன்மை அவ்வளவு சுலபமாக நம்மிடம் வருவதில்லை. உலகம் சுருங்கிவிட்டது. அங்கங்கு கூட்டமாக வாழ்ந்திருந்து, எங்கும் உடனடியாகச் செல்ல இயலாத காலங்களில் அந்தந்தக் கூட்டங்களுக்கான பழக்கவழக்கங்கள் என்பது இருந்திருக்கும். இன்று நினைத்த மாத்திரத்தில் உலகின் ஒரு கோடியிலிருந்து இன்னொரு கோடிக்குச் செல்ல இயலுவது மட்டுமல்லாமல், ஓரிடத்தில் இருந்துகொண்டே இன்னொரு கோடியில் இருப்பவருடனான தொடர்புகளும் சாத்தியமாகிவிட்டது. அதனால் எண்ணங்களும் பார்வைகளும், விசாலமாவதும், பழக்கவழக்கங்களில் மற்றவர்களின் தாக்குதல் ஏற்படுவதும் இயற்கையே. நாம் கெட்டியாக ஒன்றைப் பிடித்துத் தொங்கிக் கொண்டிருந்தால்கூட, நம்மைச் சார்ந்தவர்கள் மாறுவதை, புதிய விஷயங்களை ஏற்றுக்கொள்வதை நாம் ஏற்றுக்கொண்டு தான் தீர வேண்டும். இல்லை எனில், பாதிப்புக்குள்ளாவது நாம்தான் என்பதை உணர்தல் வேண்டும்.

இன்று இந்தியக் கலாச்சாரம் என நாம் மார்தட்டிக் கொண்டிருக்கும் பல விஷயங்கள், நம் நாட்டின் எந்தக் காலத்துப் பழக்கவழக்கங்கள் என்பது யாருக்குமே சரியாகத் தெரியாது. ஏனெனில், இந்திய மண்ணில் மனிதன் தோன்றியதிலிருந்தும் பல மாற்றங்கள் இருந்துகொண்டேதான் இருக்கின்றன. இவற்றில் எது நம் கலாச்சாரம் என அறுதியிட்டுக் கூற முடியுமா?

மாற்றங்கள் காலத்தின் கட்டாயங்களே. நாம் இன்று வாழும் காலத்திற்கு எது உகந்தது என அறிந்து அதன்படி செல்வதே கலாச்சாரம் என்பது. ஆனால், நாம் “நம் முன்னோர்கள் முட்டாள்கள் அல்ல” என வசனம் பேசிக்கொண்டே, இன்றைக்கும் தேவையான பலவற்றைத் துறந்து, தேவை இல்லாத பலவற்றைப் பிடித்துத் தொங்கிக்கொண்டிருக்கிறோம்.

உதாரணமாக, நம்மைச் சுற்றியிருக்கும் உயிரினங்களான, பறவைகள், நாய்கள், மாடுகள், எறும்புகள் எனப் பலவற்றின் வாழ்வாதாரமே மனிதர்கள்தான். அதற்காகத்தான் காலையில் காக்கைக்குச் சோறும், பறவை, எறும்புகளுக்காக அரிசி மாவில் கோலமும், ஒரு கவளச் சோறோடு இலையை நாய்களுக்காகத் தெருவிலும் போட்டு வந்தனர் நம் முன்னோர். என்னதான் காலம் மாறினாலும், அவை இன்றும் நம் பொறுப்பே. ஆனால் அதை இன்று நாம் எவ்வளவு வீடுகளில் கடைப்பிடிக்கிறோம்? அவை சிறிது சிறிதாக மெலிந்து, அந்த இனங்களே அழிந்து வருவதைக் காண்கிறோம். அவற்றுக்குத் தாகம் எடுத்தால் அருந்த பல ஏரிகளும், நீர்நிலைகளும், ஓடைகளும் இருந்தன முன்பு. இன்று நமக்கே நீர் பஞ்சம், அவற்றைப் பற்றிய கவலை நமக்கெதற்கு? இதை எல்லாம் காணாமல் அடித்துவிட்டு, இன்னும் பெண் வயதிற்கு வந்துவிட்டால், மஞ்சள் நீராட்டு விழா கொண்டாடிக் கொண்டிருக்கிறோம்.

அன்று பெண் வயதுக்கு வந்ததும் திருமணம் செய்து கொண்டிருந்தார்கள், அதனால் அந்தச் செய்தியைப் பரப்பும் வண்ணம் இந்தச் சடங்கெல்லாம் செய்துவந்தனர். ஆனால், அவள் படித்து, பட்டம் வாங்கி, வேலைக்குச் சென்று பிறகே திருமணம் புரியும் இன்றைய நிலையில் இந்தச் சடங்கெல்லாம் அவசியமா எனப் பெரும்பாலும் யாருக்கும் தோன்றுவதில்லை. எக்காலத்திலும் சரி என்பதை அக்காலத்திலேயே விட்டுவிட்டு, அக்காலத்துக்கு மட்டுமே சரி என்பதை இக்காலத்திலும் கண்மூடித்தனமாகச் செய்து கொண்டி

ருக்கிறோம். இது ஓர் உதாரணம் மட்டுமே. இப்படிப் பல விஷயங்களை இன்னும் சுமைகளாக ஏற்றுத் திரிந்துகொண்டிருக்கிறோம். அளவுக்கு மிஞ்சினால் அமிர்தமும் விஷம் என்பதுபோல, நம் பழமைவாதங்கள் மிதமிஞ்சி இன்று ஒவ்வொரு தனி மனித வாழ்வும் குழப்ப நிலையிலேயே ஓடிக்கொண்டிருக்கிறது. ஒரு தனி மனிதன் மகிழ்வாகவும், நிம்மதியாகவும் வாழ இயலாச் சமூகத்தில் அமைதி நிலவுவதற்கான சாத்தியக்கூறுகளே இல்லை.

அனுபவம்தான் தெய்வம் எனச் சொல்லிச் சென்றார் கவிஞர் கண்ணதாசன் அவர்கள். என் அனுபவங்களும், அவ்வழிப் பார்வைகளும், அப்பார்வை வழிப் பயணங்களும் வார்த்தை வடிவம் பெற்று, இன்று நண்பர்களின் ஊக்கத்தில் புத்தக வடிவமும் கொண்டது.

என்னை ஊக்குவித்துப் புத்தக வடிவில் என் எழுத்துகளைக் கொண்டுவர நிர்ப்பந்தித்த நண்பர்களுக்கும், என் அவாவைக் கூறியதும் எனக்கு வழிகாட்டியாகவும் இருந்து இந்தப் புத்தகத்தின் முதல் பதிப்பைத் தன் பதிப்பகத்தின் வாயிலாகவே வெளிக்கொணர உதவிய வையவன் ஐயா அவர்களுக்கும் என் அன்பும் நன்றியும்.

குறுகிய காலத்தில் உடனே வெளிக்கொணர முடிவெடுத்ததால் சில பல இலக்கணப் பிழைகளைக் கவனிக்காமல் விட்டதைப் பார்த்ததும், இன்றைய தேவையான இப்படிப்பட்ட புத்தகங்கள் இலக்கணப் பிழையற்று இருக்க வேண்டும் என்று, தாங்களாகவே முன்வந்து இந்தப் புத்தகத்தின் இரண்டாம் பதிப்பைத் தங்கள் முயற்கூடு பதிப்பகத்தின் வாயிலாகக் கொண்டு வந்திருக்கும் சங்கர், ஜெயபிரகாஷ் அவர்களுக்கும் என் நன்றியும் அன்பும்.

நன்றியும் அன்பும்
லதா

பொருளடக்கம்

1. ஆணும் பெண்ணும் சமமில்லை — 15
2. உடல் மட்டுமே உறவா? — 18
3. ஆணுக்காவது சுதந்திரம் உண்டா? — 20
4. அனுதினமும் பேணப்பட வேண்டியதா திருமண உறவு? — 25
5. ஏன் கடவுள் காப்பாற்றவில்லை? — 28
6. ஆத்திகமா? நாத்திகமா? — 29
7. ஏன் நம்பிக்கைகள் பொய்க்கின்றன? — 34
8. நாம் ஆட்டு மந்தையா? — 38
9. பெண்ணே நீ மண்ணா? — 40
10. சுயமரியாதை வேண்டாமா? — 42
11. எல்லோரும் தனிமனிதரே — 44
12. பெற்றோருக்காக மட்டுமா பிள்ளைகள்? — 45
13. பழி நியாயமா? — 48
14. மதம் பிடித்த மனிதன் — 50
15. சுயநலம் தவறா? — 52
16. அறிவோமா தத்துவம்? — 53
17. காமத்திற்கு வயதென்ன? — 55
18. ஏன் கலவி தொலைப்போம்? — 57
19. இயங்க வைப்போம் இயற்கையை நமக்காக! — 62
20. சுதந்திர தின வாழ்த்துகள்! — 65
21. வெளியில் நடமாடும் மனநோயாளிகள் — 67
22. பதைக்கிறதா பெண் காமம் பேசினால்? — 69
23. கூட்ட மனப்பான்மை — 71
24. எது விபச்சாரம்? — 73
25. அவசரம் ஏன்? — 74

26.	ஆண் என்பதே கர்வமா?	76
27.	மென்மையான அராஜகங்கள்	78
28.	அன்பை முடக்க வேண்டுமா?	79
29.	பாலியல் உந்துதல்	80
30.	எவ்வழி நம்வழி?	83
31.	கொடுத்து வைத்திருக்கிறோமா?	84
32.	காமப்பசி	86
33.	பெண் உணர்வை ஆண் யார் தீர்மானிக்க?	89
34.	காதல் என்பது	91
35.	மரணபயம்	92
36.	அர்த்தநாரீஸ்வரம்	94
37.	திருமணம் தாண்டிய ஆண்/பெண் உறவுகள்	99
38.	இலக்கணமும் தேவையோ?	110
39.	யார் தவறு?	113
40.	ஆண் பாவம்	115
41.	பொது இலக்கணங்கள் சரியா?	119
42.	'சும்மா' இருந்தால் என்ன?	121
43.	அவமானச் சின்னமா?	123
44.	பிரேசியர் ஸ்ட்ராப்	124
45.	பேசாதீர்கள் ஆணாதிக்கம் பற்றி	126
46.	பெண்ணியம் பேச நமக்கு அருகதை உள்ளதா?	128
47.	குழந்தைகள் மீதான பாலியல் வன்முறையில் பெற்றோரின் பங்கு!	134
48.	மனிதராய் வாழ்வோம்	141
49.	பெண்மைகொண்ட ஆணும் ஆண்மைகொண்ட பெண்ணும்	143
50.	வெட்கப்பட வேண்டியதா வளர்ச்சி?	146
51.	தனிமனிதச் சிந்தனை	148
52.	மெனோபாஸ்	151
53.	தனிமை – கொடுமையா? வரமா?	155

ஆணும் பெண்ணும் சமமில்லை

ஏன் நாம் எப்பொழுதுமே கூட்டம் சேர்ந்து இன்னொரு கூட்டத்தை உருவாக்கி அதைச் சாடிக் கொண்டிருக்கிறோம்?

பெண்ணியம் என்பது ஒரு பெண்ணின் சுதந்திரத்தை நிலை நாட்டத்தான் இருக்க வேண்டுமேயல்லாது, ஆணை அவமதிப்பதற்கல்ல. ஒட்டு மொத்த ஆண்களையும் சாடுவதற்கல்ல. பல ஆண்கள் ஆதிக்க மனப்பான்மையுடன் இருப்பது உண்மைதான் என்றாலும், வழிவழியாக அவர்களை அப்படி வளரவிட்டது ஆணும் பெண்ணும் சேர்ந்த இச்சமுதாயமே! எல்லா நல்லவற்றிற்கும் தீயவற்றிற்கும் இங்கு எல்லோரின் பங்களிப்பும் உண்டு.

தனிப்பட்ட முறையில் இன்னும் ஆதிக்கத்திலிருந்து விடுபடாதவரிடம் பேசி புரியவைக்கலாம் இல்லை யெனில் அவனைச் சாடலாம், இல்லை போடா என் வேலையை நான் பார்த்துக்கொள்கிறேன் எனப் போகலாம். பொதுவிலும் பேசவேண்டிய விஷயமே. ஏனெனில் சிலர் வீட்டில் இருப்பவர் சொல்லும்போது கவனிக்கத் தவறும் விஷயங்களை வெளியில் பார்க்கும்போது சிந்திக்கத் தொடங்குவர்.

ஆனால் கங்கணம் கட்டிக்கொண்டு ஆண் அனைவரும் ஆதிக்கவாதிகள் என்றோ பெண் அனைவரும் பாவப்பட்ட ஜீவன்கள் என்றோ இரண்டு கூட்டமாகப் பிரிந்து அடித்துக் கொள்வது சமத்துவத்தை என்றும் நிலைநாட்டாது.

இங்கு ஆண்களுக்கும் பெண் தோழிகள் உண்டு, பெண்களுக்கும் ஆண் தோழர்கள் உண்டு. வீட்டில் உறவினர்கள் இருபாலரும் உண்டு. சிநேகிதங்கள், உடன் வேலை செய்பவர்கள் என ஆணும் பெண்ணும் கலந்தே இந்த உலகம் இயங்கிக்கொண்டிருக்கிறது.

இருபாலரும் சமமே அல்ல என்பதே முதலில் உண்மை. ஆனால் யாரும் மேலேயும் அல்ல கீழேயும் அல்ல. இருவரும் தனித்தன்மை வாய்ந்தவர்கள். ஆங்கிலத்தில் சொன்னால், we complement each other. அதனால் மட்டுமே உலகம் இயங்கிக் கொண்டிருக்கிறது.

பெரும்பாலும் ஆண்களால் பெண்கள் பாதிக்கப் படுவதற்குக் காரணம் நம்மின் வளர்ப்புமுறை, அதில் நாம் காட்டும் ஆண்/பெண் பேதங்கள். உரிய வயதில் இயற்கையாகக் கிடைக்க வேண்டியவை கிடைக்காமல் போகும் வறட்சி, திருமணம் செய்துகொண்ட பிறகும் புரிதல் இல்லாமையால் ஒரு சில வருடங்களிலேயே மறுபடியும் வறட்சி!

திருமணம்வரை ஒரு பத்து வருடங்கள் காத்திருந்து கிடைக்கும் ஒன்றினால் உந்தப்பட்டு இருவருக்கும் வரவேண்டிய புரிதலுக்கு முன் காமம் வந்துவிடுவதால் சில வருடங்களிலேயே அது முடிந்தும் விடுகிறது. ஆக ஒரு மனிதருக்கு வாழ்வில் 10 வருடங்கள் அது தடையில்லாமல் கிடைப்பதே பெரும்பாடாகிறது. இதெல்லாம் அடுத்தவரைத் தொந்திரவோ வன்முறையோ செய்வதற்குக் காரணங்களாக முன்வைக்கிறேனே தவிர நியாயமான காரணங்கள் எனச் சொல்லவில்லை!

சமூகத்தின் பல பிரச்சினைகளில் இதுவும் ஒரு பிரச்சினை. இதை இருபாலரும் சேர்ந்து போராடி தீர்வு காணவேண்டுமே அல்லாது, இதனால் இரு இனமும் இன்னும் எதிரிகள் போல் அடித்துக்கொள்வது இன்னும் தொலைவை அதிகரிக்கும். இன்னும் நல்ல நட்புகளைத் தடுக்கும். ஆரோக்கியமான உறவுகளையும் கெடுக்கும்.

ஒவ்வொரு ஆணுக்கும் ஒரு பெண்தான் தாய், சகோதரி, மனைவி, மகள், தோழி எல்லாம். அப்படியே ஒவ்வொரு பெண்ணிற்கும் ஒரு ஆண்தான் தந்தை, சகோதரன், கணவன், மகன், தோழன் எல்லாம்.

அவர்களைத் தவிர்த்து ஒவ்வொரு ஆணையும், ஒவ்வொரு பெண்ணையும் சாடுவது நியாயமாகாது!

உடல் மட்டுமே உறவா?

பார்க்கும் ஆணெல்லாம் காமுகன் என சில பெண்கள் ஒதுங்குவதுபோல, ஒரு லெஸ்பியனையோ, கேவையோ கண்டு பெண்களும் ஆண்களும் ஒதுங்குவது நம் மனதின் கேவலத்தையே காட்டுகிறது. எல்லா ஆண்களுக்கும் எல்லா பெண்கள் மேலும் ஈர்ப்பு வருவதில்லை; அதேபோல் எல்லா பெண்களுக்கும் எல்லா ஆண்கள் மேலும் ஈர்ப்பு வருவதில்லை. (இதற்காகவே அலைபவர்கள் சிலர் இருக்கத்தான் செய்கிறார்கள்... அந்தச் சிறிய சதவிகிதத்தைப் பற்றிப் பேசவில்லை இங்கு).

அவர்களின் பாலியல் ஈர்ப்பு வேண்டுமானால் ஒரே இனமாக இருக்கலாம். அதற்காக அவர்களுக்கும் ஒரே பாலினத்தர் எல்லோர் மேலும் அந்த ஈர்ப்பு வராது. அவர்களும் சாதாரண மனித உணர்வுகளுடன் வாழ்பவர்கள் தான். ஒரே பாலின உடலுறவு முறையில் விருப்பமுள்ளவர்கள் அவ்வளவுதான்.

உடலுறவைத் தாண்டி நம் வாழ்வில் அன்பு, பாசம், விருப்பம், வெறுப்பு, உணவு, உடை, தொழில், ஆசைகள், மற்ற விஷயங்கள் மீதான கருத்துகள், லட்சியங்கள் என பலதரப்பட்ட சமாச்சாரங்கள் இருப்பதுபோல்தான் அவர்களுக்குமுண்டு. 24 மணிநேரமும் செக்ஸ் என்பது மட்டுமே அவர்கள் வாழ்கையுமல்ல, நோக்கமுமல்ல.

அவர்களைப் பார்த்தாலே, அவர்களைப் பற்றிப் பேசினாலே அவர்களின் செக்ஸ் வாழ்க்கை மட்டும்தான் நமக்கு உறுத்துகிறதென்றால், நம் மூளையில்தான் பிரச்சினை... அவர்களிடமில்லை!

உடலைத் தாண்டிய சிந்தனைகளை என்று வளர்க்கிறோமோ, அன்றே நாம் சுதந்திரம் அடைவோம்... மற்ற வேலைகளைச் சரிவர கவனிக்க!

ஆணுக்காவது சுதந்திரம் உண்டா?

பெண் சுதந்திரம் என்று பேசும்போது உடனே எதிர்மறையாக ஆண் சுதந்திரம் இருக்கிறது என்று கொள்வதற்கில்லை!

பெண் இன்னும், உடை, உடல், பொருளாதாரம், தனக்கான முடிவுகளைத் தானே எடுத்தல் போன்ற சுதந்திரம் அடையவில்லை என்பது உண்மை!

நிறைய விஷயங்களில் ஆணும் அடிமைப்பட்டே கிடக்கிறான் என்பதே உண்மை!

இன்னும் சொல்லப்போனால், ஒரு பெண் இவற்றில் சுதந்திரம் அடையாதவரை, அவளைப் பாதுகாக்கும் பார்வையிலோ, இல்லை அவளுக்கான கோட்பாடுகளில் அவளை நிறுத்தி வைக்கும் எண்ணங்கள் மற்றும் செயல்களிலிருந்தோ ஒரு ஆணும் சுதந்திரம் அடைவதில்லை!

சமையலறையிலேயே நான் காலம் கழிக்க வேண்டுமா என்ற ஒரு பெண்ணின் கேள்வி எவ்வளவு நியாயமானதோ, அவ்வளவு நியாயமானது காலம் பூராவும் எனக்குப் பிடிக்காத வேலையில் இருந்துகொண்டாவது சம்பாதித்து ஒரு பெண்ணை, குடும்பத்தைக் காப்பாற்றியே ஆக வேண்டுமா என்ற ஒரு ஆணின் கேள்வியும்!

ஒரு பெண் நினைத்தால், மனதில் உறுதியிருந்தால், எனக்குச் சமையலில் நாட்டமில்லை, நான் பணம் சம்பாதிக்கும் வழியைப் பார்க்கிறேன், சமையலுக்கு

ஒரு ஆளைப் போடுகிறேன், இல்லை வெளியிலிருந்து வாங்கிக் கொள்கிறேன் என ஒரு முடிவெடுக்கலாம். இல்லை புரிதல் உள்ள கணவனாக இருப்பின் அவனையும் வீட்டு வேலைகளில் பங்கெடுக்க வைக்கலாம். அவள் நினைப்பது போல் அவள் செயல்படுவதற்கான களம் இருந்தாலே அது அவள் சுதந்திரம் அடைந்ததற்கான சாட்சி! பொருளாதார சுதந்திரம் அடைந்துவிட்ட பெண்கள் இன்று பலர் இதைச் செய்யவும் செய்கிறார்கள்! மற்றவர் இன்னும் ஆயிரம் இருந்தாலும் சமையல், வீட்டு வேலை ஒரு பெண்ணின் கடமை என்ற மூளைச்சலவையில் முடங்கியோ, இல்லை தன் சுதந்திரத்தை நிலைநாட்ட தலைப்பட்டால், வேலைக்குச் செல்லும் சுதந்திரமும் பறிபோய்விடுமோ என்ற பயத்திலோ, இல்லை இயற்கையாகவே அதை ஒரு பாரமாக நினைக்காமல் பிடித்தும் செயல்படலாம். நிற்க!

இந்த வகையில் இங்கே எத்தனை ஆண்களுக்குச் சுதந்திரம் இருக்கிறது? ஒரு ஆணிற்கு வெளியில் வேலைக்குச் செல்ல பிடிக்கவில்லை எனக் கொள்வோம். அவன் மனைவி ஒரு நல்ல வேலையில் இருந்து, போதும் என்ற அளவு பணம் ஈட்டுகிறாள் எனக் கொள்வோம். எத்தனை ஆண்கள் நான் வீட்டில் இருந்து சமைத்துப் போட்டு, பிள்ளைகளைக் கவனித்து, வீட்டை நிர்வகிக்கிறேன் என முடிவெடுக்க முன்வருவார்கள்? அப்படி அவன் ஒரு முடிவெடுத்தால் இங்கு எத்தனை மனைவிமார்கள் அதை வரவேற்பார்கள்?

எப்படி ஒரு பெண் பிறந்தது முதல் ஆடையிலும் அலங்காரத்திலும் நாட்டம் கொள்ள வைக்கப்படுகிறாளோ, அதுபோல் ஒரு மகனும் குடும்பத்திற்கான பணம் ஈட்டவே தயார் செய்யப்படுகிறான் என்பதே உண்மை!

இங்கு அவனுக்கும் இலக்கணங்கள் வகுக்கப்படுகின்றன. அவன் வாழ்வை அவன் தொலைத்து

வாழ்வதற்கான இலக்கணங்கள், பணம் ஈட்டுவதற்குத் தோதான படிப்பு அவன் மீது திணிக்கப்படுகிறது. திறமைகள் இருந்தாலும் அவன் ஒரு படைப்பாளியாக ஆவது தடுக்கப்படுகிறது. ஏனெனில் நாளை அவன் பெற்றோர், உடன்பிறந்தோர், பின் தன் மனைவி, மக்கள் அனைவருக்காகவும் பொருளீட்ட வேண்டிய இயந்திரமாக வேண்டும், அதற்காகவே!

எப்படி ஒரு பெண் வேலைக்குச் சென்றாலும் வீட்டு வேலைகளில் சிறிது குறை வைத்தாலும் குற்ற உணர்விற்கு ஆளாகிறாளோ, அதேபோல், குடும்பத்தில் பொருளாதாரக் குறைபாடு அவனைக் குற்ற உணர்விற்கு ஆளாக்குகிறது.

பெண் சமையலறையில் முடக்கப்படுகிறாள் என்றால், ஆண் அலுவலகத்தில் முடக்கப் படுகிறான். பெண் குடும்ப நபர்களுக்கு அஞ்ச வேண்டி யிருக்கிறதெனில், ஆண் அலவலக மேலதிகாரிகளுக்கு அஞ்ச வேண்டியுள்ளது.

இரண்டு வருடங்களுக்கு முன் நான் வேலை யிலிருந்த போது வீட்டில் சமைக்காமல் கேண்டினில் சாப்பிடுவதைக் குற்றமாகப் பார்த்த உடன் வேலை செய்த பெண்களையும் ஆண்களையும் நான் எதிர் கொண்டிருக்கிறேன். நான் காலையில் எழுந்து வேலைக்கு வர வேண்டும். என் மகனும் வேலைக்குப் போக வேண்டும். ஒன்றாக இருவரும் எழுந்து சேர்ந்து வேலைகளைக் கவனிக்க வேண்டும். அவன் செய்யாத போது, நான் மட்டும் அதிகாலை எழுந்து சமைக்க வேண்டிய கட்டாயமென்ன? என்னுடைய இந்தக் கேள்வி அவர்களை முகம் சுளிக்க வைத்தது.

அதேதான் இங்கு ஆண்களுக்கும் பிரச்சினை. என் மனைவி வேலைக்குச் செல்கிறாள். போதிய பணம் ஈட்டுகிறாள். நான் வீட்டிலிருந்து மற்ற வேலைகளைக் கவனிக்கிறேன் என ஒரு ஆண் இங்கு தலைநிமிர்ந்து சொல்ல, கொஞ்சநஞ்சமல்ல, நிறையவே தைரியம்

வேண்டியிருக்கிறது. ஏனெனில் அவன் எதிர்கொள்ளும் பார்வைகளும் பேச்சுக்களும் அப்படியிருக்கும்.

உத்தியோகம் புருஷ லட்சணம் என்ற பழமொழி, பெண்ணின் கற்புக்கரசி பட்டத்திற்கு ஈடானது. அதனாலேயே உத்தியோகத்தில் இல்லாத, பணம் ஈட்ட இயலாத ஆண்கள் இங்கு, ஒன்று கூனிக் குறுகு கிறார்கள் இல்லையெனில் கையாலாகாத்தனத்தின் வெளிப்பாடாகத் தாழ்வு மனப்பான்மை கொண்டு, அதை மறைக்க, தனக்குத் தானே சமாதானம் கொள்ள வேலையே இல்லாவிட்டாலும், வீட்டு வேலைகளில் பங்கெடுப்பதில்லை. தான் என்ற அகம்பாவம் இங்கு ஒன்று பொருளீட்டுவதில் உள்ளது. இல்லையெனில் ஆணாகப் பிறந்ததே ஒரு சாதனையாக ஆதிக்கம் காட்டி அலையவேண்டி இருக்கிறது.

ஆணோ, பெண்ணோ, ஆதிக்கம் செலுத்தும் தன்மை யுள்ளவர்களை ஆராய்ந்தால் புரியும். அவர்களுக்குள் புதைந்திருப்பது ஒருவித கையாலாகாத்தனமும், தன்னம்பிக்கையின்மையும், தாழ்வு மனப்பான்மையும்.

இதை வளர்த்து வளர்த்து பூதாகாரமாக்கித் தனிமனிதர்களை மகிழ்வாக வாழவிடாமல் செய்வதில் பெரும் பங்கு வகிப்பது நாம் இங்கு ஆணிற்கும் பெண்ணிற்குமாக வகுத்து வைத்திருக்கும் இலக்கணங்கள்.

ஒவ்வொரு மகளும், ஒவ்வொரு மகனும் ஆண்/ பெண் பேதமின்றிச் சுயசார்புள்ளவர்களாக, எந்த வேலையாக இருந்தாலும் (வீட்டு வேலையோ, வெளி வேலையோ), பொருளீட்டுவதிலும் தன்னைத் தானே கவனித்துக்கொள்ளும் திறனுடனும் பொறுப்புடனும் வளர்க்கப்பட்டால், அவர்கள் சேர்ந்து வாழ்கையில் அவரவர்களுக்குப் பிடித்த வேலையைச் செய்து, வீட்டு வேலைகளையும் பகிர்ந்து, இல்லை அவர்களுக்குள் பிரித்துக்கொண்டு, குற்ற உணர்வுகள் இல்லாமல், சுதந்திர உணர்வுடன் முடிவுகள் எடுத்து வாழ்வார்கள்.

இப்படிப்பட்ட வாழ்க்கையில் ஆண்டான் யார்? அடிமை யார்?

அந்த 'நால்வர்' இன்று நம்மைப் பற்றிப் பேசுவார்கள், நாளை வேறு 'நால்வர்'களைப் பற்றிப் பேசுவார்கள். நாம் நம்மைப் பற்றி மட்டும் பேசுவோம். ஆம், இங்கு வேண்டும் சுதந்திரம் ஆணிற்கும்.

ஆனால், ஆண்களே ஒன்றைப் புரிந்துகொள்ள வேண்டியது மிகவும் அவசியம். பெண்ணிற்குச் சுதந்திரம் கிடைக்காத வரையில், உங்களுக்கான சுதந்திரமும் சாத்தியமில்லை, காவலாளிகள் என்ற கட்டுக்குள்ளிருந்து விடுதலை இல்லை!

உண்மையான சுதந்திரம் என்பது மற்றவரைக் கட்டுப்படுத்தும் தன்மையிலிருந்து வெளிவருவதுதான். அந்தத் தன்மை நீங்கினாலே, நமக்கான சுதந்திரம் சாத்தியம்!

பெண்களே, நீங்களும் உணருங்கள் அவனுக்காகச் சமைப்பது உங்கள் வேலையில்லை என்று நினைத்தீர்களானால், உங்களுக்காகச் சம்பாதிப்பதும் அவன் வேலையில்லை!

குடும்பம் என ஏற்பட்டபின், வேலைகளையும் பொறுப்புகளையும் பகிர்ந்தே ஏற்க வேண்டும். அவரவர்க்குப் பிடித்ததை அவரவர் செய்தால் இங்குக் காழ்ப்புணர்வுகள் மிஞ்சும்! மகிழ்ச்சி பெருகும். சுதந்திரக் காற்றை அனைவரும் சுவாசிக்கலாம்!

அனுதினமும் பேணப்பட வேண்டியதா திருமண உறவு?

பாலியல் வறட்சியைவிட அன்பின் வறட்சியே பல பிரச்சினைகளுக்குக் காரணமாகிறது.

திருமணம் செய்வதே நமக்கான ஒருவர் வேண்டும், சுகத்தையும், துக்கத்தையும், வாழ்வையும் பகிர்ந்துகொள்ள என்பதற்காகத்தான்.

ஆனால் முதல் சில மாதங்களுக்குப் பிறகோ, இல்லை ஓரிரண்டு வருடங்களுக்குப் பிறகோ ஒருவர் மீது ஒருவர் வைத்துள்ள சுவாரசியம் குறைந்து விடுகிறது. முதலில் இருக்கும் பிணைப்பு போகப்போக ஒரு கடமை என்றாகிவிடுகிறது.

இதற்குப் பல காரணங்கள் உண்டு. பொதுவாகக் குழந்தைகள் பிறந்தபின் நாட்டம் குழந்தைகளின்மேல் செல்வதாக இருக்கலாம். அவன்தானே, அவள்தானே என்ற அலட்சியம் நம்மையறியாமல் உட்புகுந்துவிடுவதும் காரணம். தானாகப் பல பொறுப்புகள் வந்துசேரும், நாமாகச் சில பொறுப்புகளை ஏற்படுத்திக்கொள்வோம். திருமணமாகிவிட்டால் நாம் பெரிய மனிதர்கள் அல்லவா? பெரிய மனிதர்கள் பொறுப்புகள் சுமக்க வேண்டாமா? குழந்தைத்தனங்களை அப்புறப்படுத்த வேண்டாமா?

என் நண்பர் ஒருவர் திருமணமாகி 22 ஆண்டுகள் ஆனபின்னும் மனைவியின் மேல் மிகுந்த காதலுடன் இருக்கிறார். அவர்கள் ஒருவரை ஒருவர் பார்க்கும் பார்வையிலே இன்னும் புதுமணத் தம்பதிகள்

ஒருவரை ஒருவர் பார்த்துக்கொள்ளும்போது ஒரு காதல் மினுமினுக்குமே கண்களில், அதை இன்றும் காணலாம்.

நண்பரிடம் ஒருநாள் கேட்டேன் இதெப்படி சாத்தியமாகிறதென! அவர் கூறியது, "இங்க பாருங்க லதா, கல்யாணம்ங்கிறது ஒரு பிசினஸ் மாதிரி. இப்போ சரவணா ஸ்டோர்ஸ், இல்ல ரிலயன்ஸ் எதாவது உதாரணத்துக்கு எடுத்துப்போம். பிசினஸ் நல்லா வளர்ந்தாச்சு, பேரு வாங்கியாச்சு, இது தெரியாத மனுஷங்களே இல்ல. ஆனா ஏன் இன்னும் விளம்பரம் பண்ணிட்டேயிருக்காங்க? அவங்க உசந்துட்ட இந்த நிலையில் அவங்க நிலைச்சு நிக்கணும்னா, மக்கள் அவங்கள மறக்காம பாத்துக்கணும், இல்லனா கொஞ்ச நாள்ல மறந்துடுவாங்க, வியாபாரம் சரிஞ்சிடும்.

அதே மாதிரிதான் கல்யாணமும். ஆரம்பத்துல ஒருத்தர ஒருத்தர் புரியற வரைக்கும் அவங்களுக்கு என்ன பிடிக்கும்னு பாத்துப் பாத்துச் செய்வோம். அவங்கள சந்தோஷத்தப்படுத்த மட்டுமே நாம் பிறவி எடுத்த மாதிரி பாத்துப்போம். ஆனா, ஒருத்தர ஒருத்தர் நல்லா புரிஞ்சப்புறம், இனி அவங்கதானே நம்மளப் புரிஞ்சிப்பாங்கனு தோன ஆரம்பிச்சிடும். கொஞ்சம் கொஞ்சமா அவங்க மேல இருக்கிற கவனம் போய்டும். பல பொறுப்புகளுக்கு நடுவுல இது சில வருஷங்கள் கடந்துடும். ஆனா திடீர்திடீர்னு என்னைக்காவது தோனும் நமக்குள்ள அந்த அன்யோன்யம், சுவாரசியம் போயிடுச்சுனு. ஆனா அப்பவும் அதப் பத்தி பேசமாட்டோம். கொஞ்சம் கொஞ்சமா பிளவு அதிக மாகிட்டே போகும். அதுக்கப்புறம் ஒரு கடமையாதான் எல்லாம் நடக்குமே தவிர காதல் தொலைஞ்சு போயிருக்கும்.

நாங்க அது ஆகாம பாத்துக்குறோம். திடீர்னு எதிர்பாக்காத நேரம் அவங்களுக்குப் பிடிச்சது எதுவும் செய்வேன். பசங்க கூட எங்கயும் வெளில போறது

தவிர, சர்ப்ரைசா, எங்கயாவது டிக்கட் புக் பண்ணி, கிளம்புனு சொல்வேன். பசங்கள அம்மா வீட்ல விட்டுட்டு அவங்கள மட்டும் கூட்டிட்டுப் போவேன்.

அம்மா எங்க வீட்டுக்கு வர்ற நேரங்கள்ல பசங்கள அம்மாவோட படுக்க சொல்லிட்டு நாங்க புதுசு புதுசா எதாவது ட்ரை பண்ணுவோம். விளையாட்டுத்தனமா எதுவும் செஞ்சிட்டு இருப்போம். இந்த மாதிரி நிறைய இருக்கு. லீவ் நாள்ல சமச்சு போடறது, எல்லோரும் சேர்ந்து தோட்ட வேல செய்யறதுன்னு. கல்யாண வாழ்க்கை நல்லாருக்கணும்னா, அதுக்கான முயற்சிய எடுத்துட்டேயிருக்கணும். நம்ம ஆள் தானேனு அசட்டையா விட்டா, அது அர்த்தமில்லாத போய்டும்”

பிரம்மிப்பாகக் கேட்டுக்கொண்டேன். ஆனால் அவரின் ஒவ்வொரு வார்த்தையும் உண்மை எனப் புரிந்தது.

ஏன் கடவுள் காப்பாற்றவில்லை?

சுனாமியில், வெள்ளத்தில், புயலில், வெடிகுண்டுகளில் தப்பித்து உயிருடன் இருப்பவர்கள் பெரும்பாலும் சொல்வது, "அந்தக் கடவுள்தான் எங்களைக் காப் பாற்றினார்!"

அப்போ உங்கள் கடவுள் ஓரவஞ்சனைக்காரரா? மனிதப் பிறவியாகப் பிறந்த பெற்றோருக்கு இருக்கும் அன்பு கூட இல்லாதவரா? இத்தனை உயிர்கள் இறந்திருக்க, காயப்பட்டிருக்க, கடவுள்தான் என்னைக் காப்பாற்றினார் எனச் சொல்வது என்ன இழிநிலை என யாராவது சிந்திக்க மாட்டீர்களா? மற்றவர்கள் இறக்கும்போது உங்கள் கடவுள் உறங்கிக்கொண்டிருந்தாரா? இல்லை மக்கள் தொகைக்கு ஈடாகக் கடவுள்கள் தொகை இல்லையா? இன்னும் சில கடவுள்களை உருவாக்க வேண்டுமா?

உடனே பாவ புண்ணியம் பேசாதீர்கள்! நீங்கள் எல்லாம் நல்லவர்கள், இறந்தவர்கள் தீயவர்களா? பல கொடூரங்களைச் செய்து வசதியாக வாழ்ந்துகொண்டு இருப்பவர்களும் இருக்கிறார்கள், எத்தனையோ ஒன்றுமறியா குழந்தைகளும், மனிதர்களும் பல கொடுமைக்கு ஆளாகி இறந்துகொண்டும்தான் உள்ளனர்.

கடவுள் நம் சௌகரியத்திற்காக உருவாக்கப் பட்டவர்... man made God!

ஆத்திகமா? நாத்திகமா?

ஆங்கிலத்தில் agnostic என்றொரு சொல் இருக்கிறது. அதாவது இருக்கிறாரா இல்லையா என்ற கேள்வியுடன் இருப்பது. நான் கடவுள் என்றொருவர் இல்லை எனச் சொல்வதால் என்னை நாத்திகவாதியாகவே அடையாளப்படுத்த முற்படுகிறேன்! என் நிலை விளக்க எனக்கு வேறு சொல் கிடைக்காததால்!

ஆனால் உடனே அனைவரும் பேசுவது இது ஒரு ஃபேஷனா போச்சு! இல்லையெனில் நான் ஒரு பெரியாரிஸ்ட்! பெரியார் கடவுள் மறுப்புக் கொள்கையையும், சாதிப் பிரிவுகள், பெண்ணடிமைத் தனம் இவற்றையும் பெரிதளவில் எதிர்த்தார், பகுத் தறிவைப் போதித்தார் என்பது தவிர வேறெதுவும் எனக்குத் தெரியாது. அவரைப் படித்துத் தெளிந்தவள் இல்லை நான்.

இந்து மதக் கடவுள்களை மட்டுமே நான் எதிர்ப்பேன் என்றும் மற்ற மதங்களைப் பற்றிப் பேச எனக்கு பயம் என்றும் சில நண்பர்கள் சொல்கிறார்கள். கடவுளே இல்லை என நான் சொன்னால் அதில் அத்தனை மதக் கடவுள்களும் அடங்கும்தானே? முதலில் நான் கடவுள்களை எதிர்க்கவே இல்லை! இல்லாத ஒன்றை எதிர்க்கவோ, குறை சொல்லிக் கொண்டிருக்கவோ நான் முட்டாளில்லை!

என் புரிதல் வேறு! நான் எந்த முறையிலும் வழிபாடுகளை மறுக்கிறேன். கடவுள் என்ற ஒன்றை மனிதனை நல்வழிப்படுத்த, தவறு செய்தால் தண்டிக்கப் படுவான் என பயமுறுத்த, கஷ்ட காலங்களில் துணை

நிற்பான் என்ற ஆதரவை ஏற்படுத்த, மனிதன் கண்டுபிடித்தான். இதை ஒவ்வொருவர் ஒவ்வொரு மாதிரி, ஒவ்வொரு காலகட்டத்தில் செய்ய, அவரவர் முறைப்படி அவரவர் ஒரு தெய்வத்தை உருவாக்கினர். இதில் வாழ்வு முறைகளைச் சீராக்க இந்துமதத்தில் கடவுள்களைக் கதாபாத்திரங்களாக்கி, இன்னும் நிறைய கடவுள்களை உருவாக்கினர்.

இவற்றைக் கடவுள் என நம்புபவர் ஆத்திகர். ஆனால் முழுமையான ஆத்திகர் என்பவர் யார்? அத்தனையும் அவன் செயல் எனச் சொல்வது மட்டுமில்லாமல், நடப்பது அத்தனைக்குமே கடவுளே காரணி, எனக்குக் கெடுதலாகத் தோன்றும் சிலதும் அவன் என் நன்மைக்கே செய்கிறான் என முழுமையாக அவன் மேல் நம்பிக்கை வைத்து, கேள்விகள் கேட்காமல், நடப்பவை எல்லாவற்றையும் சமநிலையில் ஏற்றுக்கொண்டு கடப்பவனே முழுமையான ஆத்திகன். என் வாழ்வே உன் காலடியில்தான், எனக்கு எதைத் தருகிறாயோ, அதை முழுமனதுடன் ஏற்று மனதினில் அமைதியுடன் வாழ்பவனே முழு ஆத்திகன். எல்லோருக்கும் அவன் கடவுள்தான் என்றால், கடவுளைப் பொருத்தவரை எல்லா உயிரும் அவனுக்கு ஒரே சமானமான உயிர்கள்தான் என நம்ப வேண்டும். கீழ்ச்சாதி, மேல்சாதி, தோளில் துண்டு போடுபவன், இடுப்பில் துண்டு கட்டியவன் என்ற பிரிவினை கொள்ளாமல் வாழ்பவனே முழு ஆத்திகன்! இங்கு யாராவது முழு ஆத்திகர்கள் உண்டா? இருந்தால் அவர்களுக்குத் தலை வணங்கிகிறேன்!

நிற்க, நான் ஏன் நாத்திகன்?

உருவ/அருவ எந்த வழிபாட்டிலும் எனக்கு நம்பிக்கை இல்லை! எதில் நம்பிக்கை?

இந்த உலகம் என்பது ஒரு சக்தி. ஆங்கிலத்தில் கூறினால், I believe in universal energy! நாமெல்லாம், மனிதர், புழு, மரம் செடி, காற்று என இங்கிருக்கும்

அனைத்தும் தன்னுள் கொண்டதே அந்த உலக சக்தி! நான் இந்த நேரம் என் வீட்டில் சோபாவில் ஹாயாகப் படுத்துக்கொண்டு இதை எழுதும் சமயம், இந்த உலகில் இருக்கும் அத்தனையும் சேர்ந்துதான் என்னை இயக்கிக்கொண்டிருக்கிறது. இதைச் சாத்தியப் படுத்துகிறது. ஏனெனில் அந்த உலக மகா சக்தி அத்தனை சிறு துகள்களையும் தன்னுள் கொண்டு சதாசர்வ காலமும் இயங்கிக்கொண்டே இருக்கிறது. இந்த வினாடி அதன் அசைவு வித்தியாசப்படுமானால், என் வாழ்வும் இந்த நொடியில் மாறும்.

இந்தச் சிறுசிறு துகள்களைப் பலப்பல உருவங்களில் நிரப்பி, அதுஅது வாழ்வதற்கான அத்தியாவசியங்களை அதனுள் கொடுத்துச் சுற்றிவா என விட்டுவிடுகிறது. ஆக நாமெல்லாம் ஒரு சக்தியின் பல்வேறு பரிமாணங்கள் அவ்வளவே. என் ஒவ்வொரு செயலும் இந்த உலகில் இருக்கும் அத்தனை துகள்களையும் பாதிக்கும் என்னையும் சேர்த்து.

இதனால்தான் நல்லதையே நினைத்து, நல்லதையே செய்ய வேண்டும் எனச் சொல்வது. நாம் விதைப்பதுதான் முளைக்கும் எனவும் சொல்வது. 'நான்' என நினைக்காமல் 'நாம்' என நினைத்துப்பார்த்தாலே இது சாத்தியம்!

ஆத்திகம் நல்ல காரணங்களுக்காக ஒரு காலத்தில் உருவாக்கப்பட்டிருந்தாலும், அளவிற்கு மிஞ்சினால் அமிர்தமும் விஷம் என்பது போலவும், நல்லது கெட்டதைப் பகுத்தறியாமல், கண்மூடித்தனமான கடவுள் வழிபாடுகள் ஆனதாலும், அதை வைத்தே மனிதர்கள் மதம் என்ற பிரிவினை மட்டுமல்லாது, என் கடவுள் பெரியது, என் மதம் பெரியது என ஆகிப்போனதாலும், கடவுளையே துணைகொண்டு சாத்திரங்கள், சம்பிரதாயங்கள், சாதிகள் என எளிய மக்களுக்குப் புரியாத வகையில் பலவற்றையும் உள்ளிழுத்து, இன்று கடவுள் நம்பிக்கை என்பது ஒரு ஆழ்ந்த நம்பிக்கையாக

இல்லாமல், ஒரு பயத்தின் பேரிலேயே நடப்பதும் நடைமுறையாகிப் போனது. மக்களின் கடவுள் நம்பிக்கையை வைத்து பிழைப்பு நடத்துபவர்களில் சிலர்தான் சிலைக்குப் பின்னால் வன்புணர்வுகளும், சர்ச் கான்வென்டுகளில் சிறு குழந்தைகளை பாலியல் வன்முறைகளுக்கு ஆளாக்குவதையும் செய்கிறார்கள். இவர்கள் ஆத்திகர்களா? நாத்திகர்களா? என்றாவது சிந்தித்திருப்போமா? அவர்கள் வேதம் ஓதத்தானே செய்கிறார்கள்? அப்பொழுது ஆத்திகம் எங்கோ ஆட்டம் காண்கிறது என்பதுதானே உண்மை? திரைப்படங்களில் வருவதுபோலா, புராணக் கதைகளில் வருவதுபோலா ஏன் உடனே அவர்களுக்குத் தண்டனை கிடைப்பதில்லை?

என் நம்பிக்கைப்படி தவறு செய்பவனுக்குத் தனியாகத் தண்டனை கிடைக்காது. நான் நம் சட்டம் அவனுக்குத் தண்டனை கொடுப்பதுபற்றிப் பேசவில்லை.

அவன் செய்யும் ஒரு செயல் நம் எல்லோரையும் பாதிக்கும் ஏனெனில் அவனும் இந்த உலக சக்தியின் ஒரு பாகம்தான். நம்மில் அவனும் ஒருவன்தான். ஆயின் மேலோட்டமாக வாழும் நமக்கு இதன் பாதிப்பை உணர்த்துவதில்லை! உதாரணத்திற்குக் கடவுளைப் பூசிப்பவர் அனைவரும் நல்லவர் என்ற நம் நம்பிக்கை தகர்ந்து சந்தேகம் கொண்டு பார்க்க ஆரம்பிக்கிறோம் நல்லவரையும் சேர்த்து. இதுவே ஒரு பாதிப்புதானே? நம் நிம்மதியைக் குலைக்கும் ஒரு நிகழ்வுதானே?

முஸ்லீம் மதத்தைச் சேர்ந்த ஒரு சிறிய கூட்டம் செய்யும் குண்டுவெடிப்பில் மற்ற நல்லவர்களையும் சந்தேகப்படுவது உலகெங்கிலும் இன்று நடக்கிறது தானே? மதத்தை விடுத்துப் பார்த்தாலும், ஓர் ஆண் ஒரு குழந்தையை வன்புணர்ந்தான் என்ற செய்தி, நமக்கு சிறு குழந்தையிருந்தால், எந்த ஆண்மகனிடமும்

குழந்தையை விடுவது ஆபத்தென மனதின் ஒரு மூலையில் தோன்றுகிறதுதானே? உண்மையில் அத்தனை பேரும் அப்படிப்பட்டவர்கள் அல்ல. ஆனால் ஒரு தீய செயல், ஒரு மனிதனால் உலகின் ஏதோ ஒரு மூலையில் நடந்தாலும், உலகெங்கிலும் ஒவ்வொரு உயிரிலும் ஒரு பாதிப்பை நாமே அறிந்தோ அறியாமலோ விதைக்கும். ஏனெனில் இது நடப்பது ஒரு சக்தியின் துகள்களான நம்மில் ஒருவரால் அது நடப்பதால்!

இதுதான் என் நாத்திகம். முழு நாத்திகம் என்னவென எனக்குத் தெரியாது. ஆனால் நான் முழு ஆத்திகவாதியாக இருந்திருக்கிறேன். பகுத்தறிந்து இன்று தெளிவடைந்திருப்பதாக எண்ணிக்கொண்டிருக்கிறேன்.

அன்பொன்றே இந்த உலகை நல்வழிப்படுத்த இயலும். அந்த அன்பைத்தான் நான் இறைமை என்கிறேன். அதை நோக்கிப் பயணிக்கவே எத்தனிக் கிறேன்!

ஏன் நம்பிக்கைகள் பொய்க்கின்றன?

Universal energy... இது நம்மை எப்படிப் பாதிக்கிறது (நல்லதும் கெட்டதுமாக) என்பதை என் அறிவிற்கு எட்டிய வரையில் அலசுகிறேன்.

ஒரு தாயின் கருவறையில் இருக்கும்வரை தாயின் மூச்சை உள்வாங்கித்தான் குழந்தை இருக்கிறது. தாயின் வயிற்றில் உயிர் வளர்ந்து வெளிவரும்வரை. ஆங்கிலத்தில் கன்செப்ஷன் என்று சொல்வார்கள் இந்த நேரத்தை!

ஆனால் குழந்தை அவள் கருப்பையைவிட்டு வெளிவந்த நொடியில் அது தனக்கான மூச்சை வெளியில் இருந்து எடுத்துக்கொள்ள ஆரம்பிக்கிறது தன்னிச்சையாக! தாயின் வேலையானது, உன்னை கன்சீவ் செய்து வெளியில் விட்டுவிட்டேன். இனி நீயாச்சு, பிரபஞ்சமாச்சு... ஆனால் என்னிலிருந்து நீ வந்ததால் உன் தேவைகளை நான் கவனித்துக் கொள்வேன் என்பதாக வைப்போம்.

இப்பொழுது அப்படியே பிரபஞ்சத்திற்கு வாருங்கள். நம்மை, மனிதர்கள் மட்டுமல்ல, இங்கிருக்கும் ஒவ்வொரு ஜீவராசியும், தாவரங்களையும் எல்லா வற்றையும் தனக்குள் கன்சீவ் செய்கிறது. அந்த ஒரு தாயின் வயிற்றில்தான் நாம் அனைவரும் கன்சீவ் செய்யப்படுகிறோம்.

நாம் பிறந்ததும் அதன் ஒரு சிறிய பாகமான சக்தியை (எனர்ஜி) ஒவ்வொரு ஜீவனிடமும் அளித்து

வாழ்ந்துகொள் என விடுகிறது! அந்த ஒரு மகா சக்தியின் சிறுசிறு துகள்கள்தான் நாம்.

இப்பொழுது அது எப்பொழுதும்போல் ஒரு மகா சக்தி! நாமெல்லாம் அதனுடன் பந்தம் கொண்ட சிறு சிறு சக்திகள். இந்தப் பந்தம் அறுபடும் நேரம்தான் நாம் மரணிக்கும் நேரம்.

இப்பொழுது இந்தப் பந்தம் எப்படி நம்மைப் பாதிக்கிறதெனப் பார்ப்போம். நம்மின் இந்தச் சிறிய சக்தியானதுதான் நம் கையில் இருக்கும் வாழ்விற்கான ஆதாரம். மறந்துவிட வேண்டாம். நம்மிடம் சக்தி துகள்களைக் கொடுத்துவிட்டு மகா சக்தி ஒதுங்கிக்கொள்ளவில்லை! நம்மைச் சுற்றித்தான் அதன் செயலும்.

இந்தச் சிறிய சக்தியானது நமக்குச் சிந்திக்க, நேசிக்க, செயல்பட, மற்றும் பல திறன்களுக்கான வித்தாகும். மகா சக்தியானது இதையெல்லாம் கொண்டு நாம் என்ன செய்ய நினைக்கிறோம், நம் தேவை என்னவென்று கேட்கிறோம் எனக் காதைத் தீட்டி வைத்து உட்கார்ந்துகொண்டிருக்கிறது!

நீ உன் வழியில் போவதற்கான அத்தனையும் உன்னிடம் கொடுத்திருக்கிறேன். உன் வழியை நீ நிர்ணயித்து நட, உடன் நான் வருவேன் உறுதுணையாகக் கைப்பிடித்து என்கிறது! நமக்கு நல்லது எது கெட்டது எது என நிர்ணயிப்பது அதன் வேலையல்ல... ஏனெனில் அதற்கான ஆயுதம் நம்மிடம் ஒப்படைக்கப்பட்டுவிட்டது. நாம் எங்கு செல்ல நினைக்கிறோமோ அங்கு கூட்டிச் செல்வது மட்டுமே அதன் வேலை!

நம் எண்ணமே நம் வாழ்க்கைனு பெரியவங்க சும்மாவா சொன்னாங்க (நம் முன்னோர்கள் முட்டாள்களில்லைனு சொல்றா மாதிரியிருக்கா? ஆனா இத எல்லோரும் சொல்லல... ஆக முட்டாள்களும் உண்டு முன்னோர்களில்...)

விஷயத்திற்கு வருவோம். நான் நல்லதுதான் நினைக்கிறேன்... ஆனால் கெடுதல்தான் நடக்குதுன்னு நிறைய பேர் புலம்பி நாம பாத்திருப்போம். நன்கு ஆழ்ந்து சிந்தித்துப் பார்த்தால் நம்மிடம் உள்ள தவறு புரியும். எவ்வளவுக்கு எவ்வளவு நல்லது நடக்க வேண்டும் என நினைக்கிறோமோ அவ்வளவுக்கு அவ்வளவு இல்லை அதைவிட மேலாகக் கெடுதல் நடந்துவிடக் கூடாது என நினைத்திருப்போம். ஆக நம் மனது நல்லதைவிடக் கெடுதலையே நிறைய நேரம் சிந்தித்திருக்கும். அந்த மகா சக்திக்கு நாம் எதை அதன் சக்தியிலிருந்து அதிக நேரம் ஈர்க்கிறோம் என்பதை வைத்து, நமக்கு அது நடப்பதற்கான சூழலை உருவாக்கிக் கொடுக்கிறது! அதன் வேலை, அதன் வாக்குப்படி நடப்பது! உன் தேவையை என்னிடம் சொல்... நான் பூர்த்திசெய்கிறேன் என்பதே. அதைத் தாண்டி ஆராய்வது அதன் வேலையில்லை!

நல்லதை நினைக்கையில், கெட்டவை நினைவில் வரலாம்தான், மனிதனுக்கே உரித்த பய உணர்வால், அதை அப்படியே கடந்துவிட்டு நல்லதையே நினைப்போம் என நம் வழியில் நடப்பின், தீயவை நம் மனதில் பதியாது. அது மகா சக்தியையும் ஈர்க்காமல் போய்விடும். நினைத்த நல்லது நடப்பதற்கான சூழலை மட்டுமே நோக்கி நம்மை நடத்தும்.

இன்னும் சிலர் நான் வேணும்னு நினைக்கிறது எதுவும் நடக்கறதில்லனு புலம்புவோம். நாம் வேண்டுமென முழுமையாக நினைத்திருந்தால், நம்பிக்கையுடன் வாழ்ந்திருந்தால் கண்டிப்பாக நடந்திருக்கும். அந்த வேண்டலில் ஆழம் இருந்திருக்காது! அனிச்சையாக நாம் தேடும் உயிர்மூச்சாக நம் வேண்டல் இருந்திருப்பின், கண்டிப்பாக அது மகாசக்தியின் காதுகளில் விழுந்திருக்கும்.

பிரபஞ்ச சக்திக்குப் பாரபட்சம் கிடையாது! நாம் நினைப்பதை நிறைவேற்ற மட்டுமே அது காத்திருக்கிறது!

இதைத்தான் என் சிறு வயதில் என் அம்மா சொல்வார்கள் – வாயில் நல்லது மட்டுமே வர வேண்டும்... நம்மைச் சுற்றி தேவதைகள் இருக்கிறார்கள். நீ எதைச் சொன்னாலும் ததாஸ்து (அப்படியே ஆகட்டும்) எனக் கூறிவிடுவார்கள்... அதனால் நீ கெட்டது சொன்னாலும் நடக்கும்.

விவேகானந்தர் சொன்னார் – நீ எது ஒன்றிற்காக அச்சம் கொள்கிறாயோ, அது கண்டிப்பாக நடந்தே தீரும் என!

காலத்தின் மேல் பழி சுமத்தாமல், சுற்றியுள்ள மனிதர்களைக் காரணிகளாக்காமல், பிரபஞ்ச சக்தியை அறிந்து நம் சக்தியை உபயோகித்து நல்லதை நினைத்து வாழ்வோம்... எளிமையும், உயர்வும் இந்தப் புரிதலில்தான் உள்ளது!

லதா

நாம் ஆட்டு மந்தையா?

பெரும்பான்மை என்பதின் பொருள் எங்கோ மருவி அதுவே விதிக்கப்பட்ட விஷயமாக, அதுவே ஒப்புக்கொள்ளக்கூடிய விஷயமாக, அதிலிருந்து மாறுபடும் விஷயங்கள் மனோரீதியாக அலசப்பட வேண்டிய விஷயமாக ஆகிவிட்டது ஆச்சரியத்திற்கு மட்டுமல்ல வேதனைக்கும் உரிய விஷயமே!

இங்கு சரி/தவறென கூற(கூவ)ப்படும் யாவும் மையப்பொருளை வைத்து நிர்ணயிக்கப்படுவதில்லை, பெரும்பான்மை எது என்பதை வைத்தே நிர்ணயிக்கப் படுகிறது!

உதாரணத்திற்கு எடுத்துக்கொள்வோம். இது உதாரணம் மட்டுமே, இதையே பிரதானமாகக் கொண்டு இங்கு அலச வேண்டாம் எனக் கேட்டுக்கொள்கிறேன். ஒரு முப்பது வயதிற்குள் பெரும்பான்மையானவர்கள் திருமணம் புரிந்துகொள்கிறோம். சிலர் திருமணம் புரியும் எண்ணமே கொள்ளாமல் இருக்கலாம், இல்லை தேவை எனத் தோன்றும்போது புரிந்துகொள்ளலாம் என இருக்கலாம். (பெரும்பான்மையிலிருந்து விலக்கப் பட்டுவிடப் போகிறோமே என பயந்தே நிறைய மனிதர்கள் இதை இன்னும் பெரும்பான்மையாக வைத்திருக்க உதவுகிறார்கள் என்பது வேற விஷயம்). அப்படிப்பட்டவர்கள் இங்கு விதிவிலக்காகவே கருதப்படுகிறார்கள்.

அவர்கள் செய்துகொள்ளாத சிறுபான்மையில் இருப்பதால் அவர் விதியில் இருந்து விலக்கப்பட்டவராக,

கேள்விக்குறியவராக ஆக்கப்படுகிறார். பெரும்பான்மை யானவர்கள் செய்யும் செயல் விதியாகக் கொள்ளப் படுகிறது. திருமணம் என்பது சொந்த விஷயம். அவர் தெருவில் வந்து வலது புறம்தான் வண்டி ஓட்டுவேன் என்று சொன்னாலே அது பொது விதியிலிருந்து விலகுவதாகிறது.

ஒருவர் வளர்ந்த சூழ்நிலை அவருக்கான தனிப் பட்ட சூழல். வேறு ஒருவர் பெரும்பான்மையான குடும்பச் சூழல் எப்படி இருக்குமோ அங்கு வளர்ந் திருக்கலாம். அதனால் இவருடைய பார்வை பெரும்பான்மை பார்வையுடன் ஒத்துப்போகலாம். வேறுவிதமான சூழ்நிலையில் வாழ்ந்தவர் பார்வை பெரும்பான்மையுடன் ஒன்றாமல் இருக்கலாம்.

இருவர் பார்வையுமே அவர்கள் சூழலைப் பொருத்துதான் நிர்ணயிக்கப்படுகிறது. ஆனால் இங்கு பெரும்பான்மையுடன் ஒன்றும் பார்வை, விதிக்குள் சாதாரணமாக இயல்பாக இருப்பதாகவும், பெரும்பான்மையுடன் ஒன்றாத பார்வையில் ஏதோ கோளாறு இருப்பதாகவும், உளவியல் ரீதியாக அலசப்பட வேண்டிய விஷயமாகிவிடுகிறது.

அவரின் பார்வை சாதாரணமும் இல்லை, இவரின் பார்வை விதிவிலக்கும் இல்லை! எல்லாவற்றுக்குமே உளவியல் ரீதியான காரணகாரியங்கள் உண்டு.

பெண்ணே நீ மண்ணா?

பெண்களே தயவுசெய்து அலங்காரத்தையும் அடுப்படியையும் விட்டுக் கொஞ்சம் வெளியே வாருங்கள்!

நீங்கள் வராவிட்டாலும் தயவுசெய்து உங்கள் மகள்களுக்காவது இவற்றைத் தாண்டி ஓர் உலகம் இருப்பதைக் காட்டுங்கள்!

பெண்ணின் அலங்கார நாட்டத்தை நையாண்டி செய்து ஆயிரம் நகைச்சுவைகள் ஆண்டாண்டு காலமாய்ச் செய்து கொண்டிருக்கும் ஆண்களுக்கு ஏனோ உங்கள் சமையல் மட்டும் போற்றுதற்குறியதாய் உள்ளதின் சுயநலத்தை உணருங்கள்!

பெண்களுக்கென பிரத்தியேகமாக எதற்குப் பத்திரிகை என்றே எனக்கு விளங்கவில்லை... எதுவும் அவர்கள் முன்னேறத்திற்கு இருக்கிறதாவென்றால் அதுவுமில்லை!

அழகுக் குறிப்பு, தோலை மினுக்க வைப்பது எப்படி, எந்த ஜிமிக்கி எந்த உடையுடன் போட்டால் குலுங்கும்... உடையில் ரசனை வேண்டியதுதான், உடலுக்கு ஆரோக்கியம் முக்கியம்தான்.... அதற்காக மேல்பூச்சுக்கள் மட்டும் வாழ்வை அழகாக்கிவிடுமா?

அடுத்து சமையல் குறிப்பு... ஒரு மூடி தேங்காய் துருவி வைக்கவும். 4 பச்சைமிளகாய் உடன் போடவும். உணவு முக்கியம்தான். அதற்காக 24 மணிநேரமும் அதே நினைவாக இருக்க வேண்டுமா?

அடுத்து வருவது புண்ணிய ஸ்தலங்கள்... இந்த ஊரில் இந்த மலையில் அமர்ந்திருக்கும் சாமி இவ்வளவு சக்தி வாய்ந்தவர். இவ்வளவு நாட்கள் விரதம் இருந்தால், இந்த சுலோகம் சொன்னால் கேட்பதை அருள்வார். கொஞ்சம் புத்தி கேட்போம். கொடுக்கட்டும்.

அடுத்து எந்த பண்டிகை எப்படிக் கொண்டாடி னால் விசேஷம்? தாலியை மாற்றிக்கட்ட எந்த நாள் உகந்த நாள்? மாமியார் சரியா? மருமகள் சரியா?... விவாதம்... இதெல்லாம் எப்பங்க தாண்ட போறோம்?

மக்கள்தொகையில் பாதி நாமதான்... இப்படிப் பொறுப்பில்லாம எல்லாத்தையும் அவங்க பாத்துப் பாங்கனு உக்காந்திருந்தா என்ன ஆகுறது? எவ்வளோ திறமைங்க வீணாவுது? இயற்கை அள்ளிக் கொடுத்துருக்கறத மொத்தம் அடுப்படிலையும், அழகு நிலையங்களிலையும், நகை புடவ கடைலையும், சாமிங்க கிட்டயும், படுக்கயறையிலையுமே தொலைக்கற தெல்லாம் ரொம்ப அநியாயம்ங்க!

பத்திரிகை நடத்துற அளவு வெளில வந்துட்டவங்க கூட பாக்கிப் பேர வெளில வரவிடாம பாத்துக்குறாங்க. என்ன டிசைனோ தெரில.

இதுக்கு மேல என்னத்தங்க சொல்றது?

ஒருத்தர் எழுதறாரு... பருவத்தே பயிர் செய்யாமல் பருவப் பெண்கள்னு... கேவலமா இருக்குங்க... நாம என்ன ஜடப்பொருளா. இது மட்டுமாங்க வாழ்க்கை? வெளில வாங்க... நிமிர்ந்து நில்லுங்க... எதாவது உருப்படியா செய்ங்க... அடுத்தவங்களுக்கு இல்லாட்டியும் உங்களுக்கே உங்களுக்குனு எதும்... வாடுறது நாம இல்லனு காட்டுங்க!

ப்ளீஸ்!

சுயமரியாதை வேண்டாமா?

ஆண்களுக்கு நிகராகப் பெண்களையும் படிக்க வைக்கும் காலத்திற்குள் புகுந்து பல வருடங்கள் ஆகிவிட்டன. ஆனால் இன்றும் திருமண செலவுகள், நகைகள், முதல் மகப்பேறென எல்லா செலவுகளும் பெரும்பாலாகப் பெண் வீட்டார் பொறுப்பாகவே இருந்து வருகிறது. பெண்களே நீங்களே யோசிக்க வேண்டும். நீங்கள் படித்தவர்களாகவும், சம்பாதிக்கும் திறன் பெற்றவர்களாகவும் இருக்க வேண்டும் என வளர்க்கும் பெற்றோர், ஏன் உங்கள் திருமணச் செலவையும், நகை நட்டுச் செலவையும் செய்ய வேண்டும்? இது நியாயமா? திருமணச் செலவை முடிந்தவரை குறைக்கலாம். சரிபாதியாக இரு வீட்டாரும் பங்கெடுத்துக்கொள்ளலாம். நிறைய நகை வேண்டுமானால், படிக்க வைத்திருக்கிறார்கள் சம்பாதித்து வாங்கிக்கொள்ளுங்கள். இது எல்லாம் உங்கள் வீட்டில் செய்தால்தான் திருமணம் என்று சொல்பவரிடம் உங்கள் வாழ்வை அடமானம் வைக்காதீர்கள். சுயமரியாதையுடன் வாழக் கற்றுக் கொள்ளுங்கள். உங்கள் மகப்பேறுக்குத் தாயுடன் இருக்க நினைப்பதில் தவறில்லை. ஆனால் நீங்கள் இருவரும் பெற்கும் பிள்ளைக்கு அவர்களைப் பணத்திற்காக

கஷ்டப்படுத்தாதீர்கள். அதுகூட உங்களால் செய்ய முடியாதென்றால் ஏன் பெற்றுக்கொள்கிறீர்கள்?

தயவுசெய்து யோசித்துச் செயல்படுங்கள். என்றோ இருந்த பழக்கவழக்கங்கள் இன்றும் கண்மூடித்தனமாகப் பின்பற்றுவது முட்டாள்தனம். அதற்கு அந்தக் காலம்போல் உங்களைப் படிக்க வைக்காமலே இருந்திருக்கலாம்.

எல்லோரும் தனிமனிதரே

மண்ணில் வீழ்ந்ததும் ஒவ்வொரு குழந்தையும் ஒரு தனி உயிர்! ஒவ்வொரு உயிரும் அதற்கான வாழ்வை வாழும் ஒரு உந்துதலுடனே பிறக்கிறது.

அவற்றின் வழியில் நாம் குறுக்கிடுவது, ஒரு ஆன்மாவின் தேடலை முடக்கும் இழிச் செயலாகும்.

நம் அனுபவங்களை அவர்களிடம் பகிரலாம். ஆனால் அது அவர்களின் அனுபவமாகத் திணிக்கப் படலாகாது!

ஒரே மாதிரியான அனுபவங்கள் ஒவ்வொருவருக்கும் வேறுவிதமான பார்வைகளைக்கூடக் கொண்டு சேர்க்கலாம்.

நாம் அவர்களல்ல; அவர்கள் நாமல்ல!

யாரறிவர்? நம்மின் ஒரு தடை ஒரு சரித்திரப் படைப்பைத் தடுத்ததாகக்கூட இருக்கலாம்.

முடிந்தால் துணை நிற்போம். இல்லை ஒதுங்கி நிற்போம். இதுவே நியாயம்! இதுவே இயற்கைக்கு நாம் செலுத்தும் மரியாதை!

பெற்றோருக்காக மட்டுமா பிள்ளைகள்?

*பி*ள்ளைகள் புதியபுதிய கோணங்களில் வாழ்க்கையைப் பார்க்கவும் அணுகவும் செய்யும் காலகட்டம் 12/13 வயதிலிருந்து 19/20 வயதுவரை.

அவர்களின் அழகான நேரமும் இதுதான், கடினமான நேரமும் இதுதான். சிறுபிள்ளை என்ற எண்ணத்திலிருந்து கொஞ்சம் கொஞ் சமாக, கற்றுக்கொள்ளும் விஷயங்களினால் தான் பெரியவராகிவிட்ட உணர்வு ஏற்பட்டாலும் உடன் சில குழப்பங்களும் அதைத் தீர்த்துவைக்க யாரை நாடுவதெனத் தெரியாமல் தவிப்பும் ஏற்படுத்தும் நேரம்.

இந்தக் காலகட்டத்தில் பெற்றோரின் சுயநலமற்ற நல்ல நட்பும் ஆளுமையற்ற வழிநடத்தலும், அவர்கள் நம்மை நெருங்கிவர ஏதுவாகும். பெற்றோர் என்ற அகந்தை அகற்றித் தோழனாக, தோழியாக நம்பிக்கை அளிக்கவேண்டிய காலம் இது.

இது இப்படி இருக்க பல பெற்றோர்களுக்கிடையில் பல ஆண்டுகளாகப் புகைந்துகொண்டிருக்கும் கோபங்களும் வருத்தங்களும் பிள்ளைகளின் போக்கால் வெளியில் வெடிக்கும் வாய்ப்புகள் அதிகமாகும். பிள்ளைகளும் சேர்ந்து நம்மைத் துன்புறுத்துவதாகத் தோன்றும். நிற்க.

நாம் பெற்றோர்கள். நம்மை மட்டுமே நம்பி பிறந்த நம் பிள்ளைகள். இப்பொழுது அவர்களுக்கு

நாம் இருக்கிறோம் என நம்பிக்கை அளிப்பது முக்கியமா? இல்லை நம்மை அவர்கள் புரிந்து நடப்பது முக்கியமா? யோசிக்க வேண்டும். இந்தக் காலம் போனால் அவர்களுக்குத் திரும்பி வராது. அவர்களின் எதிர்காலம் இந்தக் காலகட்டத்திலேயே நிச்சயிக்கப்படுகிறது.

நம் கவனம் அவர்கள் பக்கம் இருப்பது போக, அவர்கள் கவனத்தை நம் பக்கம் திருப்பும் செயல்களாகத் தாய் தந்தையர் நடந்துகொள்ளலாகாது. நம்மிடையேயான வேற்றுமைகள், காழ்ப்புணர்ச்சிகள் அவர்களுக்கு நம் மீதான அவநம்பிக்கையையும் எதிர்காலத்தின் மேலான பயத்தையும் கொடுக்கும்.

பிள்ளைகள் வீட்டிற்கு வரும் நேரம் வெறுப்பை உமிழ்ந்துகொண்டிருக்கும் தாய் தந்தை இருவரையும் எதிர்கொள்வதைவிட, மலர்ந்த முகத்துடனான தாயையோ அல்லது தந்தையையோ எதிர்கொள்வதே அவர்களுக்குப் பலம் அளிக்கும்.

ஒரு அழகான சூழ்நிலையை இருவருமாகச் சேர்ந்து உருவாக்கித்தர இயலாத தாய் தந்தையர், ஒருவராக அதை உருவாக்கித்தர முடியுமானால், அதுவே உகந்தது, சிறந்ததுமாகும்.

பிள்ளைகள் நலன் ஒன்றே கருத்தில் கொண்டு வயதிலும் அனுபவத்திலும் முதிர்ந்தவர்கள் என்பதை நினைவில் கொண்டு இருவரும் மனம் விட்டுப் பேசி, இருவருமாகச் சேர்ந்து அந்த அழகிய சூழ்நிலையை உருவாக்க முடியுமா என ஆராயலாம். முடியுமென்றால் செயல்படுத்தலாம். இல்லையெனில் பிரிவதுபற்றி யோசிக்கலாம். ஆனால் பிரிவின் முடிவு நம்முடையதாக மட்டும் இருத்தலாகாது. பிள்ளைகளிடம் பக்குவமாக, நண்பர்களாகப் பாவித்து இருவருமாகச் சேர்ந்தமர்ந்து பிரச்சினைகளை எடுத்துரைத்து முடிவை அவர்களே தீர்மானிப்பதாகச் செய்ய வேண்டும்.

முடிவான பிறகு அவர்கள் யாருடன் இருக்க விரும்புகிறார்களோ அல்லது இங்குமங்குமாக இருக்க விரும்புகிறார்களோ அவர்கள் விருப்பத்திற்கேற்ப அமைத்துத் தரவேண்டும். இங்கு நாம் நம்மையோ அவர்கள் யார் மேல் அன்பு வைத்திருக்கிறார்கள் என்ற கேள்வியையோ முன்னிருத்தாமல், முடிவு அவர்களின் நலன் என்ற ஒரே நோக்கோடு இருக்க வேண்டும்.

பிரிவிற்குப் பின், எந்தச் சந்தர்ப்பத்திலும் தாயைப் பற்றி தந்தையோ, தந்தையைப் பற்றி தாயோ தன் சொந்த அபிப்பிராயத்தை (நல்லவை அல்லாத) பகிர்தல் ஆகாது. பிரிவு நமக்குத்தானே ஒழிய அவர்களிடையில் இல்லை என்பதை உணர்த்தல் நம் கடமை. எந்தப் பிள்ளையும் தவறான எந்தக் கூற்றையும் ஏற்கத் தயங்கும். முக்கியமாக மூளைச்சலவை செய்ய முயற்சிக்கவே கூடாது. அது முடிவு செய்யட்டும். இருவரும் நல்லவராகவே தோன்றட்டும். அதுவே குழந்தைகளுக்கு ஆரோக்கியம் அளிக்கும் உணர்வு.

தனித்தனியாக வாழ்ந்தாலும் இருவரும் தனக்காக இருக்கும் உணர்வு அவர்களிடத்தில் நம்மை மதிக்கவும் வைக்கும், புரியவும் வைக்கும். நம் மீது காழ்ப்புணர்ச்சி ஏற்பட்டால், நினைவில் கொள்ளவும் அவர்களுக்கு வாழ்வு, அன்பு இவற்றின் மேலேயே நம்பிக்கை தளர வைக்கும். இது அவர்களுக்கும் நல்லதல்ல, நம் சமுதாயத்திற்கும், வரப்போகும் சந்ததியினருக்கும் நன்மை பயக்காது.

இதைக்கூட தான் பெற்ற பிள்ளைகளுக்காகச் செய்ய இயலாதவர்கள் பிள்ளைகள்பால் அன்பும் அக்கறையும் கொண்டவர்களாக இருக்க முடியாது என்பதே என் சொந்தக் கருத்து!

பழி நியாயமா?

திருமணத்தைக் கற்பித்ததும் இந்தச் சமுதாயமே, கற்பைக் கற்பித்ததும் இந்தச் சமுதாயமே! திருமணத் திற்கான பல சுயநல காரணங்களில் பெண் வேறு எவருடனும் உறவு கொண்டுவிடக் கூடாது என்பது மாகும். அதனால்தான் அந்த ஒருவனுடனும் உடலுற விற்கு அங்கீகாரம் கிடைப்பது திருமணத்திற்குப் பிறகே!

(மேற்கூறிய எந்தக் கருத்தும் என் சொந்தக் கருத்தல்ல, சமுதாயம் கற்பிக்கும் கருத்துகள்)

ஆனால் ஏனோ தெரியவில்லை, சில பெண்கள் கற்பை நம்புவார்களாம், திருமணத்தை மதிப்பார்களாம், ஆனால் திருமணத்திற்குப் பின்தான் உடலுறவு கொள்ள வேண்டும் என்ற மரபை மட்டும் காற்றிலே பறக்கவிடுவார்களாம்.

ஒருவன் திருமணம் செய்துகொள்வதாகச் சொன்னால் உடனே அவனுடன் உடலுறவுக்கு இணங்க வேண்டியது, பிறகு அவன் செய்யவில்லை என்றால், ஏமாற்றிவிட்டான், என் கற்பு போய்விட்டது எனப் புலம்ப வேண்டியது! அவன் ஏமாற்றவே வேண்டாம் ஏதோ சூழ்நிலை, இல்லை இறந்தே போய்விடுகிறான். என்ன செய்வதாக உத்தேசம் உங்கள் வாழ்க்கையில்? அந்தக் காலத்து சினிமா கதைபோல், தாலி கட்டாமலே, வெள்ளைப்புடவை உடுத்திக் காதலைப் பறைசாற்றப் போகிறீர்களா?

ஒன்று கற்பு என்ற ஒன்று இருப்பதாக நம்பினால், திருமணம்வரை காத்திருங்கள்! இல்லை கலவி என்பதை இயற்கையின் உந்துதலாகவோ, காதலின் பகிர்தலாகவோ நினைத்துச் செய்துவிட்டு நகருங்கள்!

நாமும் நன்றாக அனுபவித்துவிட்டுப் பிறகென்ன அவன் உயிரை மட்டும் எடுப்பது? நான் ஏமாற்று பவனை யோக்கியன் என்று சொல்லவில்லை, இங்கு ஏமாற்றப்பட்டதாகப் புலம்புபவர்களும் சரியில்லை. (இது வயதில் முதிர்ந்த, திருமண வயது என இந்தச் சமுதாயம் நிர்ணயித்து இருக்கும் வயதை அடைந்தவர்களுக்கு மட்டுமே!)

மதம் பிடித்த மனிதன்

எத்தன தடவ மூளையப் போட்டுக் கசக்கிட்டாலும் (எனக்கும் மூளை இருக்குங்கிற நம்பிக்கையில் சொல்றேன்... நம்பிக்கைதான் வாழ்க்கைனு பெரியவங்க சும்மா சொல்லியிருக்க மாட்டாங்கனு ஒரு நம்பிக்கைதான்!) எனக்கு ஒரு விஷயம் மட்டும் புரியவே இல்லை.

இந்த உலகம் நாய், நரிக்கெல்லாம் எப்படி ஒன்றோ அப்படித்தானே மனுஷங்களுக்கும் ஒன்னு. உலகம் பூரா மனுஷங்க அங்கங்க பரவிக் கிடக்கிறாங்க ஈ, கொசுங்க பரவிக் கிடக்கிற மாதிரி! அந்தந்த இடத்துல சீதோஷ்ண நிலைக்குத் தகுந்த மாதிரி நிறமோ, உயரமோ, உணவுப் பழக்கமோ, உடைப் பழக்கமோ இருக்கும். ஆனால் எல்லாம் மனுஷங்கதான். இதுல சில பேரு அங்கங்கயிருந்து பிழைப்பைத் தேடியோ, இல்லை எதற்காகவோ இடம் பெயர்ந்திருக்கலாம். ஏதோ காரணம்...ஆக இந்த உலகம்ங்கிறது எல்லோருக்கும் ஒன்றுதான். வானம் ஒன்றுதான், பூமி ஒன்றுதான். இதுல என்னங்க எங்க நாடு, எங்கள் ஊரு, எங்க மொழி, எங்க கலாச்சாரம், எங்க உணவு? இதற்கு சப்பைக்கட்டாக, சரித்திரத்தை பேறு இழுக்க வேண்டியது!

அந்தக் காலத்துல எவனோ ஒரு ராஜாவுக்கு, ஏதோ ஒரு இளவரசியோடு படுக்கணும்னு தோன்றினாலோ, இல்லை ஏதோ ஒரு சிற்றரசன் இவன் சொல்றபடி

கேட்கவில்லை என்றாலோ, உடனே ஒரு போர் செய்ய வேண்டியது... ஆயிரக்கணக்கான பொண்ணுங்கள விதவையாக்கிவிட்டு, தான் ஆசைப்பட்ட இளவரசியைத் தன் அந்தப்புரத்தில் கொண்டுவந்து சேர்க்க வேண்டியது. இப்படி அவனவன் சுயநலத்துக்கு, சுயலாபத்துக்கு என் நாடு அப்படின்னு தனித்தனியா பிரிச்சிவிட்டாங்க. இன்றைக்கு அதை வைத்து நம் அரசியல்வாதிகள் நல்லா வாழறாங்க.

மொழி எதுக்குங்க? நாம பேசுறது அடுத்தவனுக்குப் புரியணும். உடை எதுக்கு, அவனவன் எவ்வளவு மறைத்தால், எவ்வளவு காட்டினால், தனக்கு சௌகரியமோ அதைப் போட்டுக்கணும், தனக்குச் செறிக்கிற சாப்பாட சாப்டணும். தனக்கு வேணுங்கிறத வேணுங்கிற இடத்துல தனக்குப் பிடிச்சத செஞ்சி உழச்சு சாப்டணும்.

இவ்ளோதானே வாழ்க்க? இதுக்கு மேல என்ன இருக்கு அன்பைத் தவிர?

எந்த ஊரு, எந்த மொழி, எந்த நாடு நமக்கு மட்டுமே சொந்தம்? இப்படி எல்லாத்துக்கும் அடிச்சிட்டு நிக்கிறோம்? நான் தமிழ் பேசினா, அவன் மலையாளம் பேசினா, இன்னொருத்தர் ஸ்பானிஷ் பேசினா நாமெல்லாம் வேறவேற பிறவியாகிடுவோமா என்ன?

இந்தியனும் ஜெர்மானியப் பொண்ணும் குழந்த பெத்தா அது மனுஷனா பொறக்காம வேறெதாவதா பொறக்குதா என்ன?

ஏன் நாம் இவ்ளோ அடிச்சிட்டு நிக்கிறோம்? உலகத்துலேயே இழிவான பிறவினா அது நாமதான்!

கண்ணதாசனோட "மனிதன் மாறிவிட்டான், மதத்தில் ஏறிவிட்டான்" பாட்டுதான் ஞாபகம் வருது!

சுயநலம் தவறா?

இந்த உலகம் ஏதோ ஒரு பொறுப்பை நம் தலையில் சிறு வயதிலிருந்தே சுமத்திக்கொண்டிருக்கிறது. பொறுப்பெடுத்துக் கொள்பவன் உயர்ந்தவன் என ஒரு வலை பின்னி வைத்திருக்கிறது. தான், தனக்கென ஒரு வாழ்வு என்பதைக் குழிதோண்டி புதைத்து எவருமே தனக்காக வாழாமல் மற்றவருக்காக இருக்க வேண்டிய ஒரு கட்டாயத்தை உருவாக்கி வைத்திருக்கிறது. ஆனால், கடைசியில் மற்றவருக்காக நாம் செய்யும் எதிலும் அவர்களுக்கும் திருப்தியிருப்பதில்லை. ஏனெனில் எதிர்பார்ப்புகளுக்கும் கிடைப்பதற்குமான இடைவெளி இருந்துகொண்டே இருக்கிறது நாமே உணராமல். அது ஊசிமுனை அளவு இடைவெளியாக இருந்தாலும் அதுதான் பூதாகரமாகிறது! இயற்கையில் ஒரு மனிதனின் வாழ்வு தனக்கான வாழ்வே. இவர்களின் தியாகம் என்னும் மூளைச்சலவையிலிருந்து வெளியேற வேண்டுமானால் இந்தப் புரிதல் முதலில் வேண்டும். எடுத்த பொறுப்புகள் வரை முடித்துக்கொண்டு வெளிவர முயற்சித்தல் அவசியம். ஆனால், அதற்கே முக்கால்வாசி வாழ்க்கை முடிந்துவிடும். முடிந்தவரை நமக்கென ஒரு மணிநேரமாவது ஒதுக்கிக்கொள்ளும் முயற்சியில் தொடங்கலாம். சிறிது சிறிதாக வாழ்வு விளங்க ஆரம்பிக்கும். தெளிவு பிறப்பதற்கான வாய்ப்புகள் கிடைக்கும்.

அறிவோமா தத்துவம்?

நமக்குத் துன்பம் தரும் சம்பவம் ஒன்று நடக்கையில் நாம் எல்லோரும் புலம்புவது “என்னால் நம்ப முடியவில்லை” “இதை நான் எதிர்பார்க்கவில்லை” என்பது.

செனக்கா என்னும் தத்துவ ஆசிரியர் கி.பி 300களில் வாழ்ந்தவர். அவர் சொல்வதை அறிவோமா?

ஒரு சம்பவம் ஒருமுறை நடந்திருந்தால், அது பல ஆயிரம் வருடங்களுக்கு முன் நடந்திருந்தாலும் அது மறுபடியும் நடப்பதற்கான சாத்தியக்கூறுகள் கண்டிப்பாக உண்டு. அதை எதிர்பார்க்கவில்லை என்றால் எப்படி? எல்லாவற்றையும் எதிர்பாருங்கள். ஒருமுறை நடந்தது மறுபடியும் கண்டிப்பாக நடக்கும்.

உதாரணமாக அவர் காலத்தில் ஒரு பெண்ணின் 25 வயது மகன் ஒரு வியாதியில் இறந்துவிடுகிறான். அவள் மிகவும் துக்கத்தில் ஆழ்கிறாள். அவன் எவ்வளவு புத்திசாலி? எவ்வளவு படித்தவன்? நான் எத்தனை கனவுகள் கண்டேன் அவனைப் பற்றி எனப் புலம்பித் தவிக்கிறாள்.

சிறிது காலத்தில் அவள் துக்கத்தினின்று மீண்டுவிடுவாள் என எல்லோரும் நம்பியதிற்கு மாறாக அவள் நான்கு வருடங்களாகியும் அதே துக்கத்தில் இருக்கிறாள். அவளுக்குத் தெரிந்த சிறு வயது மகன்களையுடைய அம்மாக்கள் எல்லோரையும் காட்டி “அவர்கள் எல்லோரும் நன்றாகத்தானே

இருக்கிறார்கள், ஏன் எனக்கு மட்டும் இந்த வேதனை! நான் எதுவும் பாவம் செய்தேனா" எனப் புலம்புகிறாள்.

இதை அறிந்த செனக்கா அவளுக்கு ஒரு கடிதம் எழுதுகிறார். மகன்களை மரணத்தில் தொலைத்த சில பெண்களை நினைவுகூர்கிறார். நீ உயிருடன் இருக்கும் பிள்ளைகளைக் காட்டி துக்கம் கொள்கிறாய் ஏதோ உனக்கு மட்டும்தான் இழப்பென்று.

இவர்கள் எல்லோருக்கும் அது நிகழ்ந்துள்ளது. ஒருவருக்கு அது நடந்திருக்கிறது என்றாலே அது இன்னொருவருக்கும் நடப்பதற்கான சாத்தியக்கூறுகள் உண்டுதானே? இயற்கைக்குப் பாவ புண்ணியமெல்லாம் தெரியாது. ஒரு பூகம்பத்தில் பல ஆயிரம் உயிர்கள் போகின்றன. அதில் யார் பாவம் செய்தவர், யார் புண்ணியம் செய்தவர் எனக் கொள்வது?

தினமும் பலரின் மரணத்தைக் கேள்விப்பட்டுக் கொண்டும் பார்த்துக்கொண்டும்தான் இருக்கிறோம். அதை எதிர்பார்த்து வாழ்வதுதானே சரி? எதிர்பாராமல் வாழ்வது எப்படிச் சரியாகும்?

எல்லாவற்றையும் எதிர்பார்த்து வாழுங்கள். அதற்காக எதிர்பார்த்து அதையே நினைத்து பயந்து வாழ்வதென அர்த்தம் கொள்ளலாகாது. எதுவும் எப்பொழுதும் நடக்கலாம் என்ற உண்மையை ஏற்றுக்கொண்டு வாழுங்கள். ஏமாற்றங்களும், இழப்பின் வலிகளும் குறையும்

Translated by me from the book *consolations of philosophy*

காமத்திற்கு வயதென்ன?

மாதவிடாய் நிற்பது இனி குழந்தை பெறுவது வேண்டாம் என இயற்கையே தடுக்கும் ஒரு நிகழ்வேயன்றி, பெண்ணிற்குக் காம உணர்வுகள் அற்றுப் போகும் நேரமல்ல.

காலகாலமாக நம் ஆணாதிக்கச் சமுதாயமானது, பிள்ளைபேறு நின்றவுடன் ஒரு பெண்ணின் தேவையும் (அந்தக் காலத்தில் அளவான குடும்பங்கள் இல்லாக் காலத்தில்) நின்றுவிடுவதால் இவ்வாறு மூளைச்சலவை செய்து வைத்திருக்கிறது.

இன்றுவரை படித்தவர்கள் படிக்காதவர்கள் என்ற பாகுபாடெல்லாம் இல்லாமல் இந்த மூடத்தனத்தை நம்பி, நம் பெண்களையும் நம்ப வைத்திருக்கிறோம்.

மேலும் ஒரு ஆணிற்குக் கட்டையில் போகும்வரை காம உணர்வுகள் இருக்குமென்றும், ஒரு பெண்ணிற்கு ஒரு குறிப்பிட்ட, முக்கியமாக மாதவிடாய் நிற்கும் காலத்திற்கு மேல் இருக்காதென்றும், இது இயற்கையின் நியதியென்றும் நம்பவைத்து ஒரு சில ஆண்கள் எந்த வயதிலும் வெளியில் தன் வேட்கை தணிக்க அலைவதை நியாயப்படுத்தி வைத்திருக்கிறது.

ஒரு பெண்ணும் இந்த உணர்வைக் குறிப்பிட்ட காலத்திற்கு மேல் கொள்வதே ஏதோ கொலை பாதகமென்பதுபோல் உணரத் தலைப்பட்டுத் தனக்கு மட்டும்தான் இப்படியோ, தான் அலைவதாக நினைப்பானோ கணவன் என்ற ஒரு தயக்கத்திலேயே காலம் தள்ளிவிடுகிறாள்.

உண்மையைச் சொன்னால், இந்த வயதிற்கு மேல்தான் அந்த உணர்வுகளே அதிகமாகக் கொள்கிறாள் ஒரு பெண். (இதை ஒரு மனவியல் நிபுணர் சொல்லக் கேட்டேன்), பிள்ளைகள் வளர்ப்பின் பொறுப்பு, மாதவிடாய் உபாதை எனப் பல பிரச்சினைகளிலிருந்து விடுபட்டுத் தன்னைப் பற்றி நினைக்கும் ஒரு காலகட்டத்தில் நுழைவது காரணமாக இருக்கலாம். (இது என் கணிப்பு)

கற்பு என்ற போர்வையைப் போர்த்தி ஒரு பெண்ணின் இயற்கை உணர்வுகளை அடக்கி வைக்கக் கற்றுக்கொடுத்தது போதாதென்று, வயதைக் காட்டி அவள் உணர்வுகளை மரத்துப் போகச் செய்யும் முயற்சியே இது. இதில் பெரும் வெற்றி கண்டதென்னவோ உண்மை!

இந்த மூளைச்சலவையில் அவதிப்படுவது பெண் மட்டுமல்ல, தானும் சேர்ந்துதான் என்பதை ஆண்கள் உணர வேண்டும்.

(பிகு: எல்லாம் நேரம். சிறு பிள்ளைகளுக்கு செக்ஸ் கல்வி வேண்டி போராடிக்கொண்டிருக்கும் இந்தக் காலத்தில் வாழ்வின் பெரும்பகுதியைக் கடந்துவிட்டவர்களே இன்னும் அறியாமையில்தான் தள்ளாடிக்கொண்டிருக்கிறோம் என்பது வெட்கத்திற்குரிய விஷயமே!)

ஏன் கலவி தொலைப்போம்?

நம் சமூகத்தில் பொதுவாக, வெகுவாரியாக திருமணத் திற்குப் பிறகுதான் ஒருவரின் காம உணர்வுகளுக்கு வடிகால் கிடைக்கிறது. இன்னும் சொல்லப்போனால் திருமணத்திற்கான ஒரு முக்கிய காரணமே இந்த வடிகால் கிடைப்பதற்கான ஒரு வழிதான்.

ஆனால் திருமணத்திற்குப் பிறகு சில மாதங்களோ, சில வருடங்களோ மட்டுமே தம்பதியர் பொதுவாக இந்த இன்பத்தை இன்பமாக அனுபவிக்கின்றனர். அதற்குப் பிறகு ஏனோ அது வேண்டும் என இருந்தாலும், அவர்களுக்குள் ஒருவர் மேல் ஒருவருக்கு இருந்த வேட்கையானது குறைய ஆரம்பித்து சிறிதுசிறிதாகத் தன் கடமைகளில் அதுவும் ஒன்றுபோல் ஆகி, கடைசியில் நின்றேவிடுகிறது.

விதிவிலக்குகள் கண்டிப்பாக இருக்கும். இல்லை எனச் சொல்வதற்கில்லை!

இதற்குப் பல காரணங்கள் இருக்கலாம்.

1. சில கனவுகளுடன் தாம்பத்தியத்தை ஆரம்பிக் கும் இருவரில், இருவருக்குமோ இல்லை ஒருவருக்கோ அவர்கள் கனவு உடைந்திருக் கலாம். மேலை நாடுகளில் practical knowledge இருவருக்கும் இருக்கும். இங்கு practical வேண்டாம் சாதாரண theoretical knowledge கூட பல பேருக்கு இருப்பதில்லை என்பதே உண்மை!

பெண்ணின் தேவையை ஆணோ, ஆணின் தேவையைப் பெண்ணோ சரியாக உணர்வதில்லை! இது நாளடைவில் ஒரு சலிப்பைக் கொணர்வதென்னவோ உண்மை!

2. பொதுவாக ஆண்களுக்குத் தன் தேவை முடிந்தவுடன் அவள் தேவையும் முடிந்துவிட்டதாக ஒரு நினைப்பிருக்கும். அது சரிவர விஷயம் தெரியாமல் இருக்கலாம், இல்லை தெரிந்தும் தன் அவசரம் காரணமாக இருக்கலாம், இல்லை அதைப் பற்றிய சிந்தனைகூட வராத ஆணாதிக்கவாதியாக இருக்கலாம். சில வருடங்கள் இதை அன்பின் பெயரிலோ இல்லை கட்டாயத்தினாலோ பொறுத்துக்கொள்ளும் பெண் பிறகு ஏதாவது ஒரு சாக்கு சொல்லி ஒதுங்க ஆரம்பிக்கிறாள்.

இங்கே உண்மையை மனம் திறந்து பேசி சரிசெய்ய முயற்சிக்கலாம். ஆனால் பெருவாரியான பெண்கள் இதை இப்படித்தான் எனப் பேசவும் கூச்சப்படுபவர்களாகவே இருக்கின்றனர். புரிதல் வேண்டும். ஒரு பெண்ணிற்கு எப்படி இது புதிய அனுபவமோ, அதேபோல் அவனும் அதை மனதில் கொண்டு இதைப் பற்றிக் கதைத்து இருவரும் சேர்ந்து கற்றுக்கொள்ளலாம். பொதுவாக இப்படிச் செய்வதில்லை.

சில ஆண்கள் பெண்கள் எடுத்துச் சொன்னாலும் ஏற்றுக்கொள்ள மனமில்லாமலே இருக்கின்றனர். ஏதோ அவர்கள் ஆண்மையையே கேலி செய்தாற் போல் ஒரு மாய ஈகோ வலையில் சிக்கி ஒன்று தன்னை லாயக்கில்லை எனச் சொல்வதாக எடுத்துக் கொள்கின்றனர். இல்லையெனில் தான் சரியில்லை என நினைக்கும் இவள், வேறு ஒருவனைத் தேடுவாளோ என அச்சத்தில் ஆழ்கின்றனர்.

ஆக பல இடங்களில் இது பேசிப் புரிந்து செயல்பட வேண்டிய ஒன்றாக இருப்பதேயில்லை!

3. சில பெண்கள் ஏதோ ஆணுக்கு மட்டுமே கலவி சுகம் தேவைப்படுவது போலவும், தான் ஏதோ அவனுக்குத் தானம் செய்வது போலவும் நடந்துகொள்கிறார்கள்... "ஆமாம் இதற்கு மட்டும் வந்துவிடு... இதைவிட்டு நீ வேறெதற்கு என்னிடம் வருவாய்" எனக் கேட்டு அவனுக்கு மட்டுமே தேவையான விஷயத்தைத் தான் கஷ்டப்பட்டுத் தியாகம் செய்வதுபோல நடந்துகொள்வது சில காலங்களில் ஆண் அவளை அண்டவும் கூச்சப்பட்டு அடக்கிக்கொண்டு வாழவேண்டிய நிலைமையும் உண்டு.

4. குடும்ப பாரம், வேலைகள், குழந்தைகள் எனப் பெருகிட சிலரில் இந்த இன்பங்களுக்கு இருவருமே ஏங்கினாலும், மன அழுத்தங்களும், உடற்சோர்வும் இருவரையும் பிரித்தே வைக்கிறது.

இருவரும் முன்புபோல் தனியாக இருக்கும் சந்தர்ப்பங்கள் குறையலாம். பகல் வேளைகளின் சின்ன சில்மிஷங்கள் இரவை ஆவலோடு எதிர்நோக்க வைக்கும். ஆனால் அம்மாதிரியான நேரங்கள் கிடைப்பது அரிதாகிறது.

5. சில பெண்களுக்கு உச்சத்தைவிட முத்தங்கள் அதிகமாகத் தேவைப்படும். அந்தப் புரிதலும் பல ஆண்களிடம் இல்லை!

6. இன்னும் அவர்களுக்குள்ளேயே இது தவிர்த்து ஆயிரம் பிரச்சினைகள், சண்டைகள் என ஒத்துப் போகாத்தன்மை என எவ்வளவோ காரணங்கள்.

ஆக எதைப் பிரதானமாக வைத்துத் திரு மணத்தில் நுழைந்தோமோ அதுவே கேலிக்கூத்தாக முடிந்துவிடுகிறது பெரும்பாலும்.

திருமணத்திற்கு முன்பாவது ஒரு எதிர்பார்ப்பில் காலம் கடத்த முடிகிறது. திருமணத்திற்குப் பிறகு எல்லாம் வற்றிப்போக, நம்பிக்கைகளும் கைவிட்டுப் போக, தைரியம் இருப்பவர்கள் வெளியிலும், இல்லா தவர்கள் சுய இன்பத்திலும், பார்ன் மூவிசிலும் காலம் தள்ளும் நிலைக்குத் தள்ளப்படுகிறார்கள்.

வாழ்வில் பிணைந்திருக்க இதுமட்டுமே முக்கியமில்லை, அன்பிருந்தால் போதும் என சிலர் சொல்வார்கள். இதை உண்மையில்லை என சொல்வதற்கில்லை. ஆனால் இருவருக்குமே இது முக்கிய மில்லையா என்பதே தெளிவு.

மேலும் கலவி என்பதும் அன்பை வெளிக்காட்டும் ஒரு வழியே! இன்னும் ஒருவர் மேல் ஒருவருக்கு இருக்கும் ஈர்ப்பு தன்னம்பிக்கையையும், சுவாரசியத்தையும், உற்சாகத்தையும் வாழ்வில் நிலைக்க வைக்கும் சக்தி இதற்கு உண்டு.

எந்த ஈர்ப்பு இருவரை இணைக்கிறதோ அந்த ஈர்ப்பு தொய்ந்து போகாமல் இருந்தால் மற்ற பிரச்சினைகள் தானாகப் பின்னுக்குத் தள்ளப்படும்.

நம் இருவருக்கு மட்டும் என சில நாட்கள் ஒதுக்க முடிந்தால், சில மாதங்களுக்கு ஒரு முறையாவது இரண்டு நாட்கள் எங்காவது சென்று பழைய நாட்களை அசை போட்டு மீண்டும் அந்த நாட்களை அனுபவித்துவிட்டு வரலாம்.

பிள்ளைகள் பிறந்துவிட்டால் எங்கு போனாலும் குடும்ப சகிதம்தான் என்ற கட்டாயம் இல்லை. அவர்

களை விட்டு வெளி செல்வது கொலை பாதகமும் இல்லை.

குழந்தைகள் வளருவார்கள், அவர்களுக்கென ஒரு வாழ்வு இருக்கிறது. அவை எல்லாவற்றிலும் நாம் இருக்கமாட்டோம். எதிர்பார்க்கவும் கூடாது.

தானாக எல்லாம் அமையாது, அன்பிருந்தால், அக்கறை இருந்தால், முயற்சி திருவினையாக்கும்.

இது அசட்டை செய்யும் விஷயமாகக் கொண்டால், விளைவுகள் பல இடங்களில் பாதகமாகத்தான் அமையும்.

அந்தப் பாதகங்களால்தான் திருமணம் கேலிக் கூத்தாகிறது... வெளியில் அப்படித் தெரியாவிட்டாலும்!

இயங்க வைப்போம் இயற்கையை நமக்காக!

இயற்கையின் சக்தி நாமெல்லாம் அறியாததல்ல. உலகின் சுழற்சி – இங்கு நடக்கும் ஒவ்வொரு நிகழ்வுக்குமே அது தான் காரணம்.

நம் எண்ணம்போல்தான் வாழ்வெனப் பல பெரியவர்கள் கூறிச்சென்றிருக்கிறார்கள்; கூறிக் கொண்டும் இருக்கிறார்கள். ஆனால் பெரும்பாலும் நாம் அதை ஒப்புக்கொள்வதில்லை! அதனால்தான் பலர் இங்கு வாழ்வைப் பற்றிப் புலம்பிக்கொண்டிருக்கிறோம்.

நம் எல்லோருக்கும் ஆழ்மனது என்று ஒன்று இருக்கிறது. அதற்குள் நாம் நுழைவதே இல்லை. ஆனால் அங்குதான் இயற்கை நுழைகிறது. அங்கு நம் எண்ணங்கள் எதுவோ அவற்றை அது நிறை வேற்றுகிறது. ஆனால் அதை உணராமல் நம்மில் பலர் மேலோட்டமான சிந்தனையிலேயே வாழ்ந்து மடிந்தும் விடுகிறோம்.

நாம் எதிலேயும் மேலோட்டப் பார்வைதான் கொண்டுள்ளோம். நம் நம்பிக்கைகளும் மேலோட்ட மாகவே நின்றுவிடுகிறது. நம் கடவுள் நம்பிக்கை, நம் மீதான நம் நம்பிக்கை, பிறர் மீதான நம்பிக்கை, நிகழ்வுகளின் மேல் உள்ள நம்பிக்கை எல்லாமே மேலோட்டமானதுதான். எல்லாவற்றிற்கும் அடியில் நம்

நம்பிக்கையின்மையும் நாமே அறியாமல் ஆழ்மனதில் புதைந்தே கிடக்கிறது.

நிறைய இடங்களில் கேள்விப்பட்டிருப்போம். “செத்துடுவான் பிழைக்க மாட்டான்னு சொன்னாங்க. ஆனா பிழைச்சி எழுந்துட்டான்... ஆச்சரியமா இருக்குன்னு”பேசுவதை. இதில் ஆச்சரியம் எதுவு மில்லை, நான் பிழைப்பேன், இன்னும் சிறிது காலம் வாழ்வேன் என்ற அவன் ஆழ்மனது நம்பிக்கையே அவனைக் காப்பாற்றி இருக்கும்.

இன்னும் சில நேரங்களில் நாமே புலம்பியிருப்போம். ‘விழுந்துவிழுந்து வேல செஞ்சேன்பா பிரமோஷன் எனக்குக் கொடுக்காம அவனுக்குக் கொடுத்துட்டாங்க. நன்றியில்லாத உலகம். இவனுக்குல்லாம் எதுக்கு உழைக்கிறது?’

ஆழ்மனதில் சென்று பார்த்தால் புரியும் நாம் என்னதான் விழுந்துவிழுந்து வேலை செய்திருந்தாலும் ஏதோ ஒரு மூலையில் ஒரு சிறிய அளவிலாவது குடிகொண்டிருந்திருக்கும். ‘இப்படி உழைக்கிறோம் இவனுங்க என்ன பண்ணப்போறாங்களோ தெரியல’னு!

மற்றவன் ஆழ்மனதில் நம்பியிருப்பான் முழு மனதாக ‘எனக்குத்தான் பிரமோஷன் கண்டிப்பாகக் கிடைக்கும் என’. அந்த நம்பிக்கையானது அவனை அங்கு நகர்த்திச் செல்லும். எப்படியும் வாங்கிவிட வேண்டும் என்ற உந்துதலால் தான் செய்யும் வேலை எல்லாவற்றையும் அதிகாரிக்குத் தெரியும் வண்ணம் செய்வான். நாம் மூலையில் உட்கார்ந்து சுத்தி என்ன நடக்கின்றது எனத் தெரியாமல் மாங்குமாங்கென்று வேலை செய்துகொண்டு இருந்திருப்போம்.

அதேபோல்தான், சந்தோஷம், பணம் எல்லாம். ‘நான் வேண்டாம்னா சொல்றேன். இதெல்லாம் வேணும்னுதான் நானும் நினைக்கிறேன். உண்மை எல்லோரும் இவை எல்லாவற்றிற்கும் ஆசைப் படுகிறோம். கிடைக்கும் என ஆழ்மனதில் நம்புகிறோமா என்பதே

முக்கியம். கிடைக்கும் என 1% அவநம்பிக்கைகூட இல்லாதிருந்தால், கிடைக்க வைக்க வேண்டும் என்ற வெறி வரும். அந்த வெறியானது நம்மை உட்காரவிடாது. கிடைப்பதற்கான அத்தனை வழியிலும் ஓட வைக்கும். இயற்கை உடன் நிற்கும், நடத்திச்செல்லும், கிடைக்கும்.

நம் ஆழ்மனதில் நுழைந்து பார்த்தால் நமக்கே அங்கிருக்கும் அவநம்பிக்கைகள் புலப்படும்.

'நமக்கு வாய்த்த வாழ்க்கை இவ்வளவுதான்' 'நான் கொடுத்து வைத்தது இவ்வளவுதான்' 'நாம என்னத்த பெரிசா கழட்டிடப் போறோம்'

இப்படிப்பட்ட எண்ணங்களே சுற்றிவரும்.

இயற்கைக்குத் தெரிந்துவிடுகிறது... ஓ இவனால் முடியாதென முடிவு செய்துவிடுகிறது.

ஆழ்மனதை அலசுவோம்... எதிலும் முழுமையாக நம்மைச் செலுத்துவோம், இயற்கையை நமக்காக இயங்க வைப்போம்... முழுமையாக வாழ்வோம்!

சுதந்திர தின வாழ்த்துகள்!

இங்கு தனி மனிதன் முதலில் தன் மூட நம்பிக்கை களிலிருந்து சுதந்திரம் பெறவில்லை!

அடுத்தவன் தன்னைப் பற்றி என்ன நினைப்பானோ என்ற அச்சத்திலிருந்து சுதந்திரம் பெறவில்லை!

ஏதோ பிறந்த உலகில் தனக்கென வாழ இடமில்லாதது போல், அடுத்தவரைப் பார்த்து போட்டி, பொறாமை கொள்ளும் கீழான எண்ணங்களிலிருந்து சுதந்திரம் பெறவில்லை!

சாதி, மத தளைகளிலிருந்து சுதந்திரம் பெறவில்லை!

நாட்டைச் சீரழிக்கும் அரசியல்வாதிகளின் கேடுகளில் இருந்து சுதந்திரம் பெறவில்லை!

தாய்நாட்டைக் காக்கிறேன் என எல்லையில் எல்லாவற்றையும் துறந்து உயிர் துறக்கத் தயாராக நிற்கும் வீரர்கள் போரிலிருந்து சுதந்திரம் பெறவில்லை!

ஏன் நாம் ஆசை ஆசையாகப் பெற்றுக்கொள்ளும் குழந்தைகள்கூட அவர்கள் ஆசைப்படி வாழ இன்னும் அவர்கள் சுதந்திரம் பெறவில்லை!

வீட்டில் வளர்க்கும் நாய்கள், கூண்டில் அடைப் பட்டிருக்கும் பறவைகள்கூட சுதந்திரம் பெறவில்லை!

ஒருவரை ஒருவர் ஏய்த்துக்கொள்வது போதா தென்று, காலங்காலமாகத் தொடரும் பல மூளைச் சலவைகளிலிருந்து இன்றுவரை சுதந்திரம் பெறவில்லை!

வீட்டினுள்ளேயே, ஒரு ஆணுக்குப் பெண்ணோ, இல்லை ஒரு பெண்ணுக்கு ஆணோ அடிமைப்பட்டுக் கிடப்பதிலிருந்து சுதந்திரம் பெறவில்லை!

நம்மை ஆள்பவர்கள் இருக்கட்டும், நம்மை ஆள்பவைகளிலிருந்தே நாம் இன்னும் சுதந்திரம் பெறவில்லை!

அடிமைப்பட்டவன் மட்டுமல்ல, அடிமைப் படுத்துபவனும் அந்த எண்ணத்திற்கு ஒரு அடிமையே!

இங்கு எல்லோரும் அடிமைகளே! நாடு மட்டுமே சுதந்திரம் அடைந்தது. நாட்டு மக்கள் அடையாத சுதந்திரம் நாட்டிற்கு என்ன நன்மையைச் செய்துவிடும்?

என்று மடியும் எங்கள் அடிமையின் மோகம்? இன்றும் மடியவில்லை ஐயா பாரதியாரே!

அனைத்து இந்திய மக்களுக்கும், என் சுதந்திர தின வாழ்த்துகள்!

வெளியில் நடமாடும் மனநோயாளிகள்

அன்பிற்கும் அரவணைப்பிற்கும், அதைத் தாண்டி அவற்றால் ஏற்படும் நெருக்கத்திற்கும், அந்த நெருக்கம் வரவழைக்கும் காம உணர்வுகளுக்கும் இன்னொருவர் தேவைப்படலாம்...ஆனால் இது எதுவுமே இல்லாது வெறும் உடல் உபாதை போல் தோன்றும் விந்து வெளியேற்றத் தேவைக்கும், ஆர்கஸத் தேவைக்கும்... மற்றவரை நாள் கணக்காகத் தொந்தரவு செய்வதோ, இல்லை அவர்கள் விருப்பப்படாமல் வற்புறுத்தி பெறுவதிலோ, இதையெல்லாம் இன்னும் என்னவென்றே அறியாத சிறுவர் சிறுமிகளைப் பலாத்காரத்தினாலோ, பயமுறுத்தியோ, வேறேதும் ஆசைகாட்டியோ பூர்த்தி செய்து கொள்வதில் என்ன கிடைத்துவிடும்?

5 நிமிடத்தில் கையடித்தால் நிறைவேறிவிடும் விஷயத்திற்கு (ஆண்/பெண் இருவருமே) அன்பில்லா பட்சத்தில், இருபக்கமும் ஈர்ப்பில்லாபட்சத்தில், ஒருவரை ஒருவர் மதிக்காத பட்சத்தில், ஏமாற்றியோ, வற்புறுத்தியோ, பின்னாலே சுற்றியோ, லோலோவென அலைய வேண்டிய அவசியமென்ன?

சுயமரியாதை இல்லாதவர்களோ, மற்ற மனிதரை மதிக்கத் தெரியாத மூடர்களோ மட்டும்தான் இப்படி அலைவார்கள்.

அது வீட்டிற்குள் நடந்தாலும் வெளியிலே நடந்தாலும் அவர்கள் மனநோயாளிகளே!

ஒரு நிமிடத் தேவைக்காகத் தன் நேரம், சுயமரியாதை, மனிதம் எல்லாவற்றையும் தொலைத்துத் திரியும் மனிதர்களைப் பார்த்தால் உள்ளே பூட்டி வைக்கப் பட வேண்டிய மனநோயாளிகள் நிறைய வெளியில் உலவிக்கொண்டிருப்பதாகவே தோன்றுகிறது.

இதில் ஆண்/பெண் பேதமில்லை... எத்தனையோ சிறிய ஆண் குழந்தைகளைத் தன் இச்சைக்கு உபயோகிக்கும் பெண் பிசாசுகளும் இருக்கத்தான் செய்கின்றார்கள்!

தன்னை மதிக்கும் யாரும் தன் மனைவி கணவனைக் கூட வற்புறுத்த மாட்டார்கள்!

பதைக்கிறதா பெண் காமம் பேசினால்?

*து*ர்நாற்றமடிக்கிறதா உங்களுக்கு? ஒரு பெண் காமத்தையும், கலவியையும் உரக்கப் பேசினால்?

கேளுங்கள் உங்கள் கேள்விகளை இவர்களிடம்!

ஆறு வயதேயான பிஞ்சுக் கரங்களால் தன் ஆணுறுப்பை நடுங்கிப் பிடிக்கவைக்கும் அறுபது வயது எதிர்வீட்டுத் தாத்தாவைக் கேளுங்கள் ஏன் என்று!

9 வயதில் கையைப் பிசுபிசுக்க வைக்கும் பக்கத்து வீட்டு அண்ணனைக் கேளுங்கள் ஏன் என்று!

தெருவின் மூலைகளில் நின்று தனியாகக் கடக்கும் பெண்ணிடம் தங்களுறுப்பை பொக்கிஷமென காட்டித்திரியும் பொறுக்கிகளைக் கேளுங்கள் ஏன் என்று!

பூப்பெய்திய வயதில் தன் உடல் மாற்றத்தைக் கூட புரிந்து கொள்ள இயலாத வயதில் அவள் மார்பகங்களைக் கசக்கும் அவள் தந்தையெனும் ராட்சசனிடம் கேளுங்கள் ஏன் என்று!

பல கனவுகளுடன் உறங்க வேண்டிய வயதில், பயத்தில் உறக்கம் தொலைத்து, வேலிகள் எங்கு மேயுமோ என்று பல வருடங்கள் செத்துப்பிழைக்க வைக்கும் சாத்தான்களிடம் கேளுங்கள் ஏன் என்று!

திருமணம் செய்வதே கழிவறைக்குப் பதிலாக அவளை உபயோகப்படுத்தத்தான் என வேலை

லதா ● 69

செய்யும் சில கணவன்மார்களிடம் கேளுங்கள் ஏன் என்று!

இத்தனைக்குப் பிறகும் ஆண்களை மதித்து சகஜமாகப் பேசினால் வேசி என ஏசவோ இல்லை ஓசியில் தன் வேலை முடிக்கவோ எத்தனிக்கும் மூடர்களைக் கேளுங்கள் ஏன் என்று!

இந்த நாற்றம் பிடித்த சமுதாயத்தில் நாறும் ஒவ்வொரு மூலையையும், புழு நெளியும் ஒவ்வொரு சந்தையும் கடந்து வந்தவர்கள் இங்குப் பல பெண்கள் (ஏன் சில ஆண்களும் கூடத்தான்!)

அவர்கள் பேச்சு உங்களுக்குத் துர்நாற்றமாகத் தோன்றினால் உங்கள் மூக்கைப் பிடித்து மூர்ச்சையாகிப் போங்கள்!

கூட்ட மனப்பான்மை

தனி ஒருவனை இந்தச் சமூகம் மாற்ற முடியாது... ஆனால் சமூக மாற்றங்கள் தனி ஒருவனாலேயே நிகழ்கின்றன!

இந்தக் கூட்ட மனப்பான்மையே நம் சமூகம் சீர்கெடக் காரணமாய் இருக்கிறது. நிறைய மனிதர்கள் இப்படிப் பேசக் கேட்டிருப்போம்.

ஆமாங்க நீதி, நேர்மையெல்லாம் வாழுற காலத்துலயா நாம் இருக்கோம்? அன்புங்கறதெல்லாம் பொய்யா போச்சுங்க! அடுத்தவன் வளர்ச்சில நாம சந்தோஷப்படறதா? இந்தக் காலத்துல அப்படிலாம் யாருங்க இருக்காங்க? பணம் பணம்னு அலையற கூட்டம்தாங்க இப்போ... நாம மட்டும் நேர்ம, அன்புனு அலஞ்சிட்டு இருந்தா இந்தக் கூட்டத்துல வாழ முடியுமாங்க?

நாம் நேர்மையாக வாழ்வதை யார் தடுக்கிறார்கள்? நாம் அன்பாக இருப்பதில் யார் குறுக்கிடுகிறார்கள்? நாம் அடுத்தவர் உயர்வில் சந்தோஷம் கொள்வதை யாரால் நிறுத்த முடியும்?

உண்மையில் இதெல்லாம் உயர் குணமென்று நாம் நினைத்தால், ஊர் எப்படி இருந்தால் நமக்கென்ன? நாம் அப்படியே இருக்கலாமே!

கூட்டத்தில் ஒருவனாக இருக்க வேண்டும்... அது மட்டுமே நோக்கம்... ஒருபுறம் அப்படி இருந்தால்

லதா ● 71

முட்டாளாக்கி விடுவார்களோ, நாம் முன்னேறாமல் போய்விடுவோமோ என்று உள்ளுக்குள் நாமே அப்படித்தான்... கூட்டத்தைக் காரணியாக்குகிறோம்... அவ்வளவே!

இப்படி ஒவ்வொரு தனிமனிதனும் ஊருடன் ஒத்து வாழ்கிறேன் எனப் பல தனிமனிதர்கள் இருப்பதாலேயே, இந்தமாதிரி சமூகம் உருவாகிறது. கூட்டத்தை மனதிலிருந்து அப்புறப்படுத்தி, நாம் நாமாக வாழ்ந்தால்... கூட்டம் உருப்படும்.

எது விபச்சாரம்?

மனம் இல்லாமல் ஈடுபடும் எல்லா காரியமுமே விபச்சாரம்தான். ஏதோ ஒரு சௌகரியத்திற்காகவோ, கட்டாயத்திற்காகவோ, மனமில்லாமல் ஈடுபடும் கலவியும் அது கொடுக்கும் சில பல வரவுகளுக்காகத்தான்.

இந்த விபச்சாரத்தை நான் அலுவல்களில் வேலை புரியும் பலரிடம் காண்கிறேன்.

பிழைக்கத்தான் வேலை செல்கிறோம். அந்த வேலைதான் நாம் பிழைக்க உதவுகிறது. அதைத் தலையெழுத்தே என்று மாதம் பிறந்தால் சம்பளம் வேண்டுமே என்பதற்காக மனம் லயிக்காமல் ஏனோதானோ என்று ஏதோ பொழுதுபோக்கு இடமாகப் பயன்படுத்துவது எதில் சேரும்? கண்டிப்பாக விபச்சாரத்தில்தான்!

எப்பொழுது பார்த்தாலும் முதலாளிகளை மட்டுமே ஏசும் கூட்டமிது! அங்கும் தவறிருக்கலாம். ஆனால் உன்வரை, நீ வாங்கும் சம்பளத்திற்குத் தண்டமாக இல்லாமல் வேலை செய்யலாமே!

அவசரம் ஏன்?

திருமணமோ, வேலையோ, இரண்டுமே இன்னொரு உயிரை நம் வாழ்வுடன், அன்றாட வேலைகளுடன் இணைக்கிறது.

கணவன் மனைவிக்குள் ஒருவரையொருவர் இப்படித்தான் எனப் புரிந்துகொள்ள சில காலம் எடுக்கும். அது புரிந்து நிதானத்திற்கு வரும்வரை கொஞ்சம் குழப்பங்கள், சில உரசல்கள் எனத்தான் காலம் ஓடும். ஒன்றிரண்டு வருடங்கள்கூட ஆகலாம். பொருத்திருந்தால் பொருந்திவரும் வாய்ப்புகள் அதிகம்.

அதேபோல்தான் ஒரு மேலதிகாரியும், அவரிடம் வேலை செய்யும் ஒரு நபரும். இவர் நம்பத்தகுந்தவர், திறமையானவர், மனிதநேயம் உள்ளவர், இப்படியாகப் புரிந்து அந்த உறவு பலமாகச் சில காலம் எடுக்கும். வேலையில் அமர்ந்த சில நாட்களிலேயே ஏதோ தவறுக்கு மேலதிகாரி எரிந்து விழுகிறார் என அவரைத் தவறாக எடை போடுவதோ, ஒரு வேலை அவன் சரியாகச் செய்யவில்லை என்பதாலேயே அவன் எதற்கும் லாயக்கில்லையோ என எண்ணுவதோ சரியான உறவை வளர்க்காது.

சில இளைஞர்கள் வீட்டில் செல்லமாகவே வளர்க்கப்பட்டு விடுவதால் மேலதிகாரியும் தட்டிக்கொடுத்து வேலை வாங்க வேண்டும் என நினைத்து விடுகிறார்கள். அவர்களால் ஒரு சின்ன எதிர் கருத்தைக்கூட, தான் கற்றுக்கொள்ளத்தான் சொல்கிறார் எனப் புரியாமல்,

சிறிது நாட்களிலேயே அவரிடம் என்னால் வேலை செய்ய முடியாது என வந்தும் விடுகிறார்கள்.

இது மிகவும் சிறுபிள்ளைத்தனம். இங்கும் ஒரு வருடமாவது குறைந்தது எடுக்கும் ஒருவரை ஒருவர் புரிந்து இணைந்து செயல்பட... பொறுமை வேண்டும், புரிதல் வேண்டும். அலுவலகமும் இன்னொரு குடும்பம்போலத்தான்.

எனக்கிந்த அனுபவமுண்டு, ஐயோ இந்த மனுஷனோட எப்படி வேலை செய்வது என நினைக்க ஆரம்பித்து, இப்படிப்பட்ட ஒரு நல்ல மேலதிகாரியை நான் வேறெங்குமே பார்த்ததில்லை என எண்ணியிருக்கிறேன் பிற்காலத்தில்.

எதற்கும் கால அவகாசம் சிறிதாவது வேண்டும். உடன் பிறக்கும் தங்கை, தம்பியை நாம் ஏற்றுக் கொள்வதற்கே சில காலம் பிடிக்கத்தானே செய்கிறது?

ஆண் என்பதே கர்வமா?

நாலு விஷயம் தெரிஞ்சவன் திமிரு காட்டலாம், பதவியில் இருக்கறவன் கூட திமிரு காட்டலாம், நாலு காசு சம்பாதிச்சவன் காட்டலாம், ஏன் இதுவரைக்கும் எழுத்தால 10 பைசா சம்பாதிக்காத நான்கூட நான் எழுதறத நாலு பேரு படிக்கிறாங்கனு திமிரு காட்டலாம். ஏன்னா இது எல்லாத்துக்கும் பின்னாடி ஏதோ ஒரு சுயமுயற்சி இருக்கு.

ஆனா நான் ஆம்பளனு திமிரு காட்றான் பாருங்க அவனெல்லாம், இந்த ஒரு அறிவு ஜீவன்னு சொல்வாங்களே அந்தப் புழுவுக்கு இருக்கிற அறிவுகூட இல்லாதவன். அவனெல்லாம் தூசுக்கு மதிக்க வேண்டியவனே இல்ல. ஆம்பளயா பொறக்க அவன் ஒரு முயற்சியும் எடுத்து வரல. ஏன் அவனப் பெத்தவங்ககூட ஒரு முயற்சியும் எடுக்கல. நாம சுவாசிக்கிற காத்துமாதிரி நாம குடிக்கிற தண்ணிமாதிரி அது தானா இயற்கையா நடக்கற விஷயம்... இதில் என்ன அகங்காரம் ஏதோ சாதிச்சு பொறந்த மாதிரி? பொறந்ததுக்காக எதையாவது சாதிச்சுட்டுத் திமிரா இருக்கலாம்... பொறந்ததுக்கே திமிரா இருக்கிறவனுக்கு மூள இருக்குனு எப்படிங்க ஒத்துக்கிறது?

இதுக்கும்மேல ஒரு படி போய்ச் சில ஆம்பளைங்க கேக்கறாங்க, நான் ஆம்பள சட்ட இல்லாம தெருவுல போவேன் உன்னால் முடியுமானு? நாங்க சட்ட இல்லாம போய்ட்டு இருந்தவங்கதான்... இப்போவே பாதி சட்ட தான் போட்டுட்டுச் சுத்தறோம். சில

பேரு... பெண்கள் நினைச்சாவாவது சட்ட இல்லாம சுத்தலாம். ஆண்கள் நினைச்சாகூட பிள்ள சுமக்க முடியாது. இதெல்லாம் ஒரு கேவலமான கீழ்த்தரமான பேச்சு. இயற்கை செஞ்ச வேல... சுமக்கிறது பொண்ணா இருக்கறதுனால பொண்ணு தெய்வமும் இல்ல, அதுக்குக் காரணமா இருக்ககிறதுனால ஆண் படைப்பாளியுமில்ல...

ஆம்பள பையன்னா, தாய்மாமாவோட திமிரையும் ஊட்டி வளக்குற பொண்ணுங்கள்தான் சொல்லணும்... இத்தனைக்கும் காரணம், அப்பன்கிட்ட, அண்ணன், தம்பிகிட்ட, புருஷன்கிட்ட, அப்புறம் தான் பெத்த பிள்ளகிட்ட பம்மி வாழற ஜீவன் அவதானே?

மென்மையான அராஜகங்கள்

தன் சொல்படி நடக்க வைக்க, கடுமையான சொற்களையும், உடல்பலத்தையும் காட்டுவது மட்டும் அராஜகமல்ல, மென் சொற்களால் அவர்கள் மனதை அடித்து உடைத்து, நயவஞ்சகமாய் உன் நலம், என் சந்தோஷம் எனக் கதைத்துச் செய்ய வைப்பதும் அராஜகமே... இதைப் பெற்றோர்கள் அனைவருமே கிட்டதட்ட செய்கிறோம்... படிக்க வைக்க, சாப்பிட வைக்க, திருமணம் செய்துகொள்ள இல்லை செய்வதிலிருந்து தடுக்க என...

நான் நிறைய பேர் சொல்லக் கேள்விப்பட்டிருக்கிறேன். அம்மா, பாட்டி, தாத்தா, அப்பா யாராவது ஒருவர் மரணப்படுக்கையில் இருக்கையில் இவர்களின் திருமணத்தை அவர்கள் பார்க்க அவா கொண்டு அவசர அவசரமாக ஒரு திருமணம் செய்துவைப்பர்.

என்ன முட்டாள்தனம் இது? வாழ்ந்து முடிந்து சாகக் கிடக்கும் மனிதனின் ஆசைக்காக இனி வாழப் போகும் மனிதரின் வாழ்வைக் காவு கொடுப்பதா?

இப்படிப் பல பல அராஜகங்கள் நிகழ்ந்து கொண்டேதான் இருக்கிறது ஒவ்வொரு குடும்பத்திலும் ஒவ்வொரு வீட்டிலும்!

அன்பை முடக்க வேண்டுமா?

நாம் நேசிக்கும் அனைவருக்கும் நாம் மட்டுமே நெருக்கமாக இருக்க வேண்டும் என்ற அவசியமில்லை. நமக்கான பிரியமும் மரியாதையும் உண்மையாக இருந்தால் போதும்.

ஊடுருவிப் பார்த்தால், அப்படிப்பட்டவர்கள் மனம்தான் விசாலமாக, உண்மையாக, அன்பின் வடிவமாக இருப்பது புரியும்.

நம் அன்பு உண்மையெனில் நாம் அப்படிப் பட்டவர்கள். அப்படியே வாழத்தான் விரும்புவோம். எதுவும் நிரந்திரமில்லா இவ்வுலகில், நாளை நாம் இல்லாமல் போய்விட்டால் அவர்களுக்கென மனிதர்கள் இன்னும் சிலர் மிஞ்சி இருப்பார்கள்.

நம்மில் மட்டுமே அன்பைக் காண்பவர்கள் நிலை நமக்குப் பிறகு என்னவாகும்? அது கொடுமை யில்லையா? நாம் இனி இருக்க மாட்டோம் எனத் தெரியும் வேளை அவர்கள் நமக்குப் பிறகு என்ன செய்வார்கள் என்ற நினைப்பில் நமக்கும் நம் மரணம் கொடுமையே!

அன்பை முடக்கிப்போடுவதும், அதுவே உண்மையான அன்பென நம்ப வைத்ததும் நம் சமுதாயத்தின் பல மூளைச் சலவைகளில் ஒன்றே!

லதா

பாலியல் உந்துதல்

பாலியல் உந்துதல் என்பது 13/14 வயதில் உடல் மாற்றத்தினால் இயற்கையாக வந்து, அவரவர் உடல், மனநிலைகளுக்கு ஏற்ப சில வருடங்களோ, பல வருடங்களோ, வயதாகி இறக்கும் வரையிலோ நிலைத்து நிற்கலாம்.

ஆனால் நம் சமுதாயத்தின் பார்வையில் அது 20/25 வயதிற்கு முன் வந்தாலோ அல்லது 45/50 வயதிற்கு மேல் வந்தாலோ ஏதோ கேவலப்பட்ட ஜீவன்போலப் பேசப்படுகிறது. 20 வயதிற்கு முன் அவர்கள் எதுவுமே தெரிந்துகொள்ளக் கூடாது என மறைக்கப்படுகிறது. வயதிற்கு மேல், வயதாகிவிட்ட பிறகும் என்ன அலைச்சல் என்று கேட்கப்படுகிறது.

இப்படிப்பட்ட ஒரு கோணத்தினாலேயே இங்கு பள்ளியில் படிக்கும் சிறுவர்கள் வயது முதிர்ந்த ஆசிரியை/ஆசிரியர்களின் கேவலமான ஆசைகளுக்கு இரையாகி தன் வாழ்வு தொலைக்கிறார்கள்! வயதான உறவினர்களாலோ அல்லது நண்பர்கள் போர்வையில் வீட்டிற்கு வரும் பெரியவர்களாலோ பாதிக்கப்படுகிறார்கள்.

இந்தக் கோணமே பல மனைவிகள் வயதாகி விட்டது என்று ஒதுங்குவதும், ஆண்கள் வீட்டில் கிடைக்கவில்லை என்பதால் வெளியில் யார் கிடைப் பார்கள் என்று அலைவதும் அதிகமாகிறது. இதில் பெண்களுக்குக் கண்டிப்பாக ஒரு நிர்ணயித்த வயதிற்கு

மேல் தேவைப்படாது என்று ஒரு பெரிய நம்பிக்கையே நிலவுகிறது. அப்பொழுது அந்தப் பெண்ணின் நிலையும் ஒதுக்கப்பட்ட ஒரு ஆணின் நிலையே!

இவை செயல்களைக் கட்டுப்படுத்தும் முயற்சியே தவிர உணர்வுகளையோ எண்ணங்களையோ இந்தக் கோணம் கட்டுப்படுத்தாது. மாறாக இவை இருட்டில் எவருக்கும் தெரியாமல் நல்லவர் என்ற போர்வையில் வெளியில் போர்த்தி உள்ளே கேவலமான செயல்களில் ஈடுபட வைக்கிறது.

இங்கு நல்லவன் என்று பெயர் வாங்கி சமுதாயத்தின் கோட்பாடுகள் பேசித் திரிந்து அவற்றைத்தான் கடைபிடிப்பதாக காட்டிக்கொள்ளும் அவசியம் நிறைய கேவலமானவர்களுக்கு இருக்கிறது. அதனால் இங்கு உண்மையிலேயே கோட்பாடுகளில் நம்பிக்கை வைத்து வாழ்பவருக்கும் இவர்களுக்கும் வித்தியாசம் கண்டுபிடிப்பது மிகவும் கடினமாகிவிட்டது.

பாலியல் உந்துதல் அறியப்பட வேண்டாத விஷயமில்லை பிள்ளைகளுக்கு. அதை முறையாக உணர்ந்து எப்படி அதை எதிர்கொள்ள வேண்டும், எப்படி அதைச் சமாளிக்க வேண்டும் என்று தெரியப் படுத்த வேண்டிய ஒன்று.

இதற்கு வயது வரம்பை வைத்து அதனால் நல்லவராக நடிக்க வேண்டிய கட்டாயத்திற்கு ஆளாகப்பட வேண்டியதும் இல்லை... இந்த உந்துதல் இயற்கையாக மனதிலும், உடலிலும் இருக்கும்வரை, உடலும் மனதும் ஒத்துழைக்கும்வரை முறையாக அனுபவிப்பதில் எந்த அசிங்கமும் இல்லை. மற்றவர் விருப்பம் இல்லாமல் ஆட்கொள்ள நினைப்பதோ செயல்படுவதோ மட்டுமே கேவலம். இந்த உந்துதலே கேவலம் இல்லை.

இந்தத் தெளிவில்லா தன்மைதான் காதல் தோல்வி தற்கொலைகளுக்கும், வன்புணர்வு செயல் களுக்கும், சில காதல் கொலைகளுக்கும் காரணமாகி

விடுகின்றன, நடப்பதைத் தன் குற்றமாக நினைத்துப் பெற்றோரிடம் சொல்லக்கூட முடியாமல் பல பெரிய மனிதர்களின் போர்வையில் சிக்கித்தவித்து வெம்பிக்கொண்டிருக்கிறார்கள் குழந்தைகள். (பாலியல் பற்றிப் பேசாத பெற்றவர்களிடம் குழந்தைகள் எப்படி வந்து தைரியமாகத் தன் பிரச்சினையைப் பேசுவார்கள்?)

இயற்கை உணர்வுக்கும் உந்துதலுக்கும் 20 வயது முதல் 50 வயதுவரை என்று கால நிர்ணயம் செய்ய மற்றவர் யார்...? சமுதாயம் என்பது ஒரு நிறுவனம், அதற்கு உயிர் கிடையாது, உயிர் கொடுப்பது மனிதர்கள் என்ற நிர்வாகிகள். நாம் ஏதோ நமக்கு உயிர் கொடுப்பதே அந்த நிறுவனம் என நினைத்துச் செயல்படுகிறோம்.

எவ்வழி நம்வழி?

சிந்தனையாளர்களுக்குப் பிறந்தநாள், இறந்தநாள் எல்லாம் கொண்டாடுகிறோம். அவரை மனதில் நிறுத்தி அவர் பெயரைக் கூச்சலிட்டு இன்னொரு கூட்டம் சேர்க்கிறோம்.

அவரை நினைவில் கொள்வது முக்கியமல்ல... அவரைக் கொண்டாடுவது வாழ்க்கையல்ல... அவர் சிந்திப்பை நாம் உள் வாங்கினோமா? அதில் நம்மால் ஏற்றுக்கொள்ளக் கூடியவை எவை, அவற்றில் நம்மால் சாத்தியப்படுவது என்னென்ன? அதில் நம் மாற்றுக் கருத்துக்கள் எவை என எதையும் ஆராயாமல் கூட்டம் போட்டு கோஷமிடுவது, இன்னொரு இஸம், இன்னொரு கடவுள் உருவாகவே வழிவகுக்கும்.

தலைவன் என்றொருவரை ஏற்றுக்கொண்டு விட்டால் இங்கு எல்லோரும் தன் மூளையை அடகு வைத்து விடுகிறார்கள்! அந்தத் தலைவர்களே இன்று உயிருடன் இருந்தால் தலையில் அடித்துக்கொள்வார்கள்.

கொடுத்து வைத்திருக்கிறோமா?

நாம் மனிதர்கள் என உணர்த்த, நாம் அன்பு செலுத்த என தினம் தினம் நம் வாழ்வின் பாதை ஆயிரம் சந்தர்ப்பங்களை உருவாக்கிக் கொடுத்துக் கொண்டேதான் இருக்கிறது;

வயிறு ஒட்டி தெருவோரம் படுத்திருக்கும் நாய் நம்மைப் பார்த்ததும் தலை தூக்கி நம் கண்களை ஊடுரும் பார்வை!

என்னை மறந்துவிட்டாயே என வீட்டுச் சுவரில் அமர்ந்து தலை சாய்த்துக் கரையும் காகம்!

எதற்கு அழுகிறது என்றே சொல்லத்தெரியாமல் வீறிட்டு அழும் பக்கத்து வீட்டுக் குழந்தை!

தங்களைப் புரிந்துகொள்ள வைக்க முடியாத இயலாமையில் நம் மீது வரும் கோபத்தில் தட்டை விட்டெறிந்து வெளி நடப்பு செய்யும் விடலைப் பருவப் பிள்ளைகள்!

வாடிய முகத்துடன், உதட்டளவு சிரிப்புடன் வேலையில் மூழ்கினார்போல் வேடமிட்டுத் திரியும் சக ஊழியன்!

தள்ளாமையிலும், என்னை நானே பார்த்துக் கொள்கிறேன் என்ற வீம்பில் தன்னிலை மறைக்கும் முதியோர்!

இப்படிப் பல வடிவங்களில் சந்தர்ப்பங்கள் வாரி வழங்கப்பட்டும், ஜடங்களாக இவற்றைக் கடக்கும் நாம்... புலம்புவது என்னவோ என்னை யாரும் மனிதனாக மதிப்பதில்லை என... அன்பு செலுத்த யாருமே இல்லை என... நியாயமா?

“கொடுத்து” வைத்திருந்தால் அல்லவோ, திரும்பப் பெற முடியும்?

வேடிக்கை மனிதர்கள்!

காமப்பசி

ஆழமாகச் சிந்தித்தால் நம் உடலிலிருந்து வெளியேறத் துடிக்கும் மற்ற கழிவுகளைப் போலத்தான் காமக் கழிவுகளும். நாம் மற்ற கழிவுகளைத் தேக்கி வைப்பதில்லை முடிந்தவரை! தேக்கி வைக்கும் அவசியம் ஏற்படும் நேரம், நாம் எத்தனை பாடுபடுகிறோம்? அப்படி வேறு வழியேயில்லாமல் தேக்கி வைத்த பிறகு, அவற்றிற்கு விடுதலை கிடைக்கையில் மனம், உடல் எல்லாவற்றிலும் ஒரு விதமான சுகம், சுமை நீங்கிய உணர்வு வருகிறதல்லவா? அதைப்போலத்தான் காமமும்.

ஆனால் காமத்தில் பிரச்சினை என்னவென்றால் முக்கால் வாசி நேரம் அதற்குச் சுமை இறக்கும் இடம் அமைவதில்லை! ஏனெனில் அது பிள்ளைப்பேற்றிற்கும் ஒரு வழியானதால், தன் பிள்ளை அடையாளம் தெரியவேண்டி ஒரு சாதாரண உடல் உந்துதலை, கற்புக்கு இரையாக்கிவிட்டு, இன்று குத்துகிறது, குடைகிறது என்கிறோம்.

அப்பொழுது இந்தக் காதல், கலவி, இவற்றிற்கெல்லாம் அன்புடன் சம்பந்தம் கிடையாதா, வெறும் கழிவுகளுடன் அதை ஒப்பிடுவது கேவலம் என நினைப்பவர்களுக்கு...

வயிறு நிறைந்தால் போதும் என சாப்பிடுபவர்களும் உண்டு, ருசியாக நாவைச் சப்புக்கொட்டி சாப்பிட வேண்டும் என நினைப்பவர்களும் உண்டு.

வயிறு நிறைய வழியே இல்லாதவர்களும் உண்டுதான்.

ரசித்துச் சாப்பிடுவதுபோல், ரசித்துக் கலவிகொள்ள வாய்ப்புகளும் இருந்து, மனதும் அதை நாடும்போது, சாப்பாடு அமிர்தமாக இருப்பதுபோல், கலவியிலும் அன்பும் ரசனையும் கலந்துகொண்டால் அது அழகு.

இருவரும் சேர்ந்து ருசியாகச் சமைத்து, சேர்ந்து அமர்ந்து சாப்பிட்டுப் பார்த்தால் தெரியும் அதிலும் ஒரு காதல், கலவி கொண்ட சுகம் உண்டென்பது. அதுபோலத்தான் காதலினால் நடக்கும் கலவியும்.

ஆனால் ருசியாகக் கிடைக்காவிட்டாலும், ஏதோ வயிறாவது நிரம்பட்டும் எனவோ, வயிறு நிரம்பினால் போதும் என நினைப்பவர்களோ, புஷ்அப் மட்டும் எடுத்துச் சுமை இறக்குகிறார்கள்.

சிலருக்குப் பசி அதிகம், சிலருக்கு ருசி அதிகம், கிடைப்பது போதாமல் இன்னும் தேடுகிறார்கள்.

கிடைக்காதவர்கள் பிச்சை எடுக்கிறார்கள், இல்லை அடித்துப் பிடுங்கித் தின்கிறார்கள்.

மற்றபடி வயிற்றுப் பசிக்கு, உண்பதால் வரும் கழிவுகளுக்கும், காமப் பசிக்கு அதனால் ஏற்படும் கழிவிற்கும் பெரிய வித்தியாசம் ஒன்றுமில்லை!

இந்தப் பசியும் இயற்கையே அந்தப் பசியும் இயற்கையே! ஒரு இயற்கை உணர்விற்கும் இன்னொரு இயற்கை உணர்விற்கும் இடையில் இருந்த கடுகு அளவு வித்தியாசத்தை, மலை அளவு ஆக்கிவிட்டான் மனிதன். அதனால் அது கிடைக்காத ஒன்றாகப் பிரம்மிக்க வைக்கவோ, வெறுத்துப் போக வைக்கவோ, ஏமாற்றமடையவோ, வெறிகொள்ள வைக்கவோ செய்கிறது!

ஆனால் ருசியாகச் சமைக்காத துணையைத் தினம் ஏசிக்கொண்டாவது உணவைச் சாப்பிடுவதைவிட, தன்

கையாலேயே ருசியாகச் சமைத்துச் சாப்பிடலாமே என நினைப்பதுபோல்தான் சுய இன்பமும்.

பிச்சை கேட்டோ, இல்லை தட்டிப் பறித்தோ வயிற்றை நிரப்புவதைவிட நாமே உழைத்து எதையாவது சாப்பிட்டுக் கொள்ளலாம் என சுயமரியாதையுடன் முடிவெடுப்பவன் சுய இன்பம் மேற்கொள்ளுவான்.

இவ்வளவுதான் காமம் என்பது!

இதைப் பூசி, மொழுகி, இருட்டில் ஒளித்து வைத்து, சேற்றை வாரி இறைத்து, தெய்வீகம், கற்பு அது இதென்று உளறியதால் என்ன நடக்கிறது?

மற்ற கழிவுகளைவிட கேவலமாகிவிட்டது காமக் கழிவுகள். எங்கு வேண்டுமானாலும் கழியலாம் இடம், பொருள், ஏவலன்றி என்றாகிவிட்டதுதான் உண்மை!

பெண் உணர்வை ஆண் யார் தீர்மானிக்க?

பெண் அணியும் உடையின் காரணமாகத்தான், ஆண் காமுற்றுத் தவறு செய்வதாகவும், இங்கு நடக்கும் பல பாலியல் குற்றங்களுக்கு இன்றைய பெண்களின் உடையே காரணம் என்றும் பல ஆண்களும், சில பெண்களும் அபிப்பிராயப்படுகிறார்கள்.

எனக்கு விவரம் தெரிந்த வயதிலிருந்து இன்றுவரை கோவில்களில் அர்ச்சகர்கள் என்ற பெயரிலும், அக்கம் பக்கத்தில் வசிக்கும் வீடுகளிலும் மேல் சட்டை அணியாத ஆண்களும், அரைக்கால் உரை அணிந்த ஆண்களும் உலவிக்கொண்டுதான் இருக் கிறார்கள். அதில் கதைகளில் வர்ணிப்பதுபோல் தினவெடுத்த தோளும், பரந்துவிரிந்த நெஞ்சுப்பகுதியும், உருண்டுத் திரண்ட தொடைகளும் பெண்களின் கண்ணிலும் பட்டுக்கொண்டுதான் இருக்கின்றன. இவை ஒரு பெண்ணைக் காமுற வைக்காது என யார் நிர்ணயித்தது?

அவளின் ஆதங்கப்பெருமூச்சு அவளுள் எழுந்து அவளுள்ளே அடங்கவும் செய்யலாம்.

ஆணுக்குத்தான் பார்வையிலேயே காமம் கிளறப்படும் என்றும், பெண்ணிற்கு ஸ்பரிசத்தினால் மட்டுமே கிளறப்படும் என்றும் வாதாடுகின்றனர் சில

லதா ● 89

ஆண்கள். ஒரு பெண் எதனால் கிளறப்படுவாள் என்று இவர்களுக்கு எப்படித் தெரியும்?

இவர்கள் சொல்வது சரியானால், இங்கு ஸ்பரிசிக்கப்படாத எந்தப் பெண்ணிற்கும் காமம் தேவை படவே கூடாது. ஸ்பரிசிக்கப்படும் எந்தப் பெண்ணும் அதை மறுதலிக்கக் கூடாது. இந்த இரண்டிலும் ஏதாவது உண்மை இருக்கிறதா? இல்லையே!

நியாயங்கள் பொதுவானவை! ஆண்களின் பெருமூச்சும் அவர்களுக்குள்ளேயே அடங்க வேண்டும். அதுதானே நியாயம்?

காதல் என்பது

நினைக்காத வேளையில் மண்வாசனை கொண்டு லேசாக நனைத்துச் சிலிர்க்க வைத்துப்போகும் மழைச்சாரல்போல,

எதிர்பாரா வேளையில் சுகந்தம் சுமந்து நம்மைத் தீண்டி ஆசுவாசப்படுத்தும் தென்றல் போல,

காலூன்றி நிற்க விடாமல், நம்மை அடித்துச் செல்லும் பாவனை காட்டி கால் தொட்டுச் செல்லும் மெல்லிய அலைப் போல,

அதிகாலை நிசப்தத்தில், நம் கவனம் ஈர்த்து மனம் லயிக்க வைக்கும் பறவைகளின் இன்னிசைப் போல,

தெருவில் கடந்து போகையில் கண்களில் அன்பேந்தி, வாலாட்டி சிறிது தூரம் உடன் வந்து செல்லும் நாய்க்குட்டி போல,

யாரென்றே சிந்திக்காமல் அம்மாவின் தோளி லிருந்து பொக்கை வாய் மலர நம்மேல் வீசப்படும் ஒரு குழந்தையின் புன்னகைபோல,

இவை தானாக வந்து மனமேறி கோலோச்சி, சில நொடி நேரங்களோ, பல மணித்துளிகளோ, நம்மைத் தாக்கிவிட்டுச் செல்லும்.

நின்று நிதானித்து ஆராய்ந்து அனுபவிக்க நினைத்தால், அந்த நொடி நேரங்கள் காணாமல் போயிருக்கும்.

மீண்டும் எப்பொழுதோ எனக் காத்திருந்தால், இயற்கை நம்மை எள்ளி நகைக்கும்.

லதா

மரணபயம்

நாம் பிறப்போம் என்பது நமக்கு முன்னமே தெரியுமா?

இந்தத் தாய் தந்தையர்க்கு, உலகின் இந்த இடத்தில் தான் பிறப்போம் என்பதை முன்பே அறிந்தோமா?

இல்லை நம் தாய் தந்தையர்க்கு இந்த உருவில், இந்தக் குணங்களைக் கொண்டு நாம்தான் பிறப்போம் என்பதை அறிவாரா?

ஒவ்வொரு நொடியும் நம் மனதில் வரும் எண்ணங்கள், நம் பார்வை மாற்றங்கள், நாம் சந்திக்கப்போகும் மனிதர்கள், அதனால் நமக்குக் கிடைக்கப்போகும் அனுபவங்கள் என எதையுமே அறியாமல்தான் வந்து பிறந்து வாழ்ந்து கொண்டிருக்கிறோம்!!

ஆனால் ஏதோ மரணத்தை மட்டும் அதை நாம் அறிந்து வைத்ததைப் போல, அது நமக்குக் கெடுதலைப் போல், அதை நினைக்கையிலேயே உதறலெடுத்து துயரம் கொள்கிறோம்!

இருக்கும் நேரம் மற்றவருக்குத் தொந்திரவு கொடுக்காமல், இவர் ஏன் இன்னும் இருக்கிறார் என மற்றவரை நினைக்க வைக்காமல் வாழ்ந்தால் போதும்!

உயிர் வந்ததின் மூலம் தெரியாது, உயிர் போவதின் மூலமும் தெரியாது! இதில் மரணம் மட்டும் ஏன் அச்சத்தைக் கொடுக்க வேண்டும்? பிறப்பது ஆரம்பமு மில்லை, இறப்பது முடிவுமில்லை!

இறப்பின் அச்சமே மற்ற எல்லா அச்சங்களுக்கும் அச்சாணியாக அமைகிறது! அதை நீக்கிவிட்டால் அழகாக, அன்பாக, அருமையாக வாழ்ந்து விடை பெற்றுச் சென்றுவிடலாம்.

அர்த்தநாரீஸ்வரம்

பெரும்பாலும் இங்கு தனியாகக் குழந்தைகளை வளர்க்க வேண்டிய சூழ்நிலையில் தள்ளப்படுபவர்கள் பெண்கள்தான். ஆண்களும் உண்டுதான்; ஆனால் சதவிகிதம் குறைவு.

தனியாக வளர்க்க வேண்டிய சூழ்நிலைகள் இப்படியெல்லாம் உருவாகிறது. (கணவன் வெளியூரில் வேலை நிமித்தம் இருக்க, இங்கு பிள்ளைகளைத் தனியாக வளர்ப்பவர்கள் இதில் சேர்த்துக்கொள்ளப்பட மாட்டார்கள்).

1. கணவன் இறந்திருக்கலாம். (மனைவி இறந்தால் பெரும்பாலும் ஆண் திருமணம் செய்துவிடுகிறான். அப்படிச் செய்யாதவர்கள் இங்கு தன்னையும் பொருத்திக் கொள்ளலாம்.

2. விவாகரத்து. இங்கு ஆண், தன் குழந்தைகளைத் தான் வைத்துக்கொள்வதாக ஆசைப்பட்டாலும் பெரும்பாலும் நம் சட்டம் அதற்கு ஏற்றவாறு இல்லை! அம்மாக்களே இங்கு வென்றுவிடுகின்றனர்.

3. ஒத்துவராமல் பிரிந்திருக்கலாம்

4. விட்டுவிட்டு ஓடியிருக்கலாம் (இதைப் பெண்களும் செய்வதுண்டு)

தனியாக வளர்க்கையில் பலப் போராட்டங்களைக் கையில் எடுக்க வேண்டியுள்ளது. சுய கழிவிரக்கம் முக்கியமாக வாட்டி எடுக்கிறது.

இதற்கெல்லாம் பயந்தே பல பெண்கள் அடியோ, உதையோ, உதவாக்கரைத்தன்மையோ, வன்புணர்வோ எல்லாவற்றையும் பொறுத்துக்கொண்டு சீரழிபவர்களும் உண்டு.

குழந்தைகளைப் பெற்று வளர்ப்பது என்பது ஒரு பெரிய பொறுப்பை வாழ்வு முழுவதும் ஏற்பதற்கான மன திடம் கொண்டு செய்ய வேண்டிய விஷயம். ஆனால் நம் சமூகத்தில் அதைப் பற்றிய பெரிய சிந்தனையெல்லாம் பெரிதளவில் ஊக்குவிக்கப்படுவதேயில்லை! பிள்ளை பெற்றுக்கொள்ள வேண்டாம் என முடிவு செய்வதற்கு மட்டுமே சிந்தனைகள் தேவைப்படுகின்றன! பெற்றுக் கொள்வது நடக்கவில்லையெனில்தான் ஆயிரம் கேள்விகள் கேட்கப்படுகின்றன! கூட்டம் கூட்டமாக வாழ்ந்திருந்த காலத்தில் இது இயற்கை விதி எனக் கொள்ளலாம். இன்று இது இருவரின் தனிப்பட்ட விருப்பைப் பொருத்தது என்பதை மனதில் கொள்வது அத்தியாவசியம்.

பெற்றுக்கொள்ள முடிவு செய்த பெற்றோர் நினைவில் கொள்ள வேண்டியவை:

1. திருமணம் செய்தால் உடனே குழந்தை பெற்றுக் கொண்டாக வேண்டும் என்ற இலக்கணத்திலிருந்து வெளிவருதல் முதல் கட்டம்.

2. ஓரிரு வருடங்களாவது ஒருவரை ஒருவர் நன்றாகப் புரிந்து இந்த உறவு சரிவரும் என ஓரளவாவது தெளிவு பிறந்தவுடன் குழந்தை பெற்றுக்கொள்வதை முடிவு செய்யலாம்.

3. முடிவு செய்யும்பொழுது ஒரு மறுக்க முடியாத உண்மையை மனதில் இருத்திக்கொள்ள வேண்டும். இது அபசகுணம் என்று நினைப்பது முட்டாள்தனம்.

4. இருவரும் அக்குழந்தை வளரும்வரை சேர்ந்தே இருப்போமா என்பது நம் கையில் இல்லை! ஒருவர்

இறந்து போகலாம் இல்லை பிரிந்து போகலாம், சில தவிர்க்க முடியாத காரணங்களால்.

5. அப்படி நடக்கும் தருவாயில் குழந்தைகளைத் தனியாக வளர்க்கும் திராணி, (பணத்தைப் பற்றிப் பேசவில்லை) மனத்திடம் இருக்குமா என்பதை இருவருமே சிந்திக்க வேண்டும்.

6. சந்தர்ப்ப சூழ்நிலைகளால் அப்படித் தனியாக வளர்க்க நேரிடின் அது ஒரு பெரிய பாரமாகவோ, இல்லை சுய கழிவிறக்கமோ இல்லாமல் இருக்க மேலே சொல்லப்பட்டவை உபயோகமாக இருக்கும்.

7. இவ்வாறான சூழ்நிலைகளில் நல்ல நண்பர்கள் நால்வர் இருந்தால் அது ஒரு வரப்பிரசாதம். அக்கம்பக்கத்தில் உள்ள மனிதர்களுடனான சுமுகமான உறவு ஒரு தூணாக முட்டுக்கொடுக்கும்.

8. நமக்குள் சுருங்காமல், நம் குழந்தைகளின் நட்புகளையும் விரிவடையச் செய்வது நம் மனதிற்கும், குழந்தைகள் மனதிற்கும் ஆரோக்கியமாக இருக்கும்.

9. அப்பாவோ, அம்மாவோ இல்லாமல் வளரும் குழந்தைகள் மனதில் மற்ற குடும்பங்களைப் பார்க்கையில் ஒரு ஏக்கம் உருவாகலாம். அதை வராமல் பார்த்துக்கொள்ள அம்மாவாக, அப்பா வாக, அர்த்தநாரியாக உருக்கொள்ளல் அவசியம்.

10. அவர்களை எதற்காகவாவாது கடிந்துகொள்ளும் பொழுது “ஐயோ நான் தனியா நின்னு இப்படிக் கஷ்டப்பட்டு வளக்கறேன்” என்ற வார்த்தையை எக்காரணம் கொண்டும் பயன்படுத்தலாகாது. இது அவர்களுக்குள் ஏதோ அவர்களால்தான் நீங்கள் கஷ்டப்படுவதாக ஒரு குற்ற உணர்வைத் தூண்டும். நாம் தனியாக நிற்பது அவர்கள் குற்றமல்ல. இவ்வுலகிற்கு அவர்களைத் தருவித்தது நாம். தனியாகவோ, சேர்ந்தோ அவர்களை வளர்ப்பது நம் பொறுப்பு! இந்தத் தவறை நிறைய அம்மாக்கள்

செய்வதை நான் பார்க்கிறேன். நம் கஷ்டம் தெரிந்து அவர்கள் வளர வேண்டும் என்பது சரியாகினும், அந்தக் கஷ்டம் இன்னொருவர் இல்லை என்பதினால் என்பது அவசியமில்லை!

11. சிறுவயதிலிருந்து வீட்டு வேலைக்குப் பழக்குவது அவசியம். வளரவளர சேர்ந்து வீட்டு வேலைகள் செய்வது பாரம் குறைய வழிவகுக்கும்.

12. ஐயோ என்னைவிட்டால் என் பிள்ளைகளுக்கு யார் இருக்கிறார்கள் என அளவுக்கு அதிகமாகத் தாங்குதல் கூடாது. என்றுமே நம்மை எதிர் பார்த்து நிற்கும் தன்மை வளர்ந்துவிடும். அது ஆரோக்கியமல்ல.

13. நண்பர்களாகப் பழகுங்கள் விவரம் தெரிய ஆரம்பிக்கும் வயதிலிருந்து. தேவையற்ற விதிமுறைகள், கட்டுப்பாடுகள் விதிக்க வேண்டியதில்லை!

14. அவர்கள் உணர்வுகளை மதித்து நடக்கும் அதே சமயம், உங்களின் தனிப்பட்ட உணர்வுகளையும் அவர்கள் மதிக்கக் கற்றுக்கொடுக்க வேண்டும்.

15. தியாகியாக முயற்சிக்காதீர்கள். யாரும் சிலை வைத்துக் கும்பிடப் போவதில்லை! உங்களுக்கென நேரம் ஒதுக்கி உங்களுக்குப் பிடித்தவற்றைச் செய்யுங்கள். உங்களுக்காவும் நீங்கள் வாழ வேண்டும் என்பதை அவர்கள் உணர்தல் அவசியம்.

16. யாருடனாவது உங்களுக்கு உறவிருந்தால் அவர்களுக்குப் புரிந்துகொள்ளும் பக்குவம் வரும்வரை அவர்களுக்குத் தெரியாமல் வைத்துக்கொள்ளுங்கள். புரியும் பக்குவம் வந்ததும் தெரிவிக்கலாம்.

17. உங்களுக்கு யார் மீதாவது காதலென்றால் பிள்ளைகளும் அவர்களை அம்மா போலோ அப்பா போலோ ஏற்றுக் கொள்ளத் திணிக்காதீர்கள். உங்கள் மேலும் வெறுப்புதான் வளரும்.

18. உங்கள் காதலை வீட்டிற்கு வெளியே வைத்தல் நலம்.

19. குழந்தைகளின் ஒவ்வொரு வளர்ச்சியிலும், சுகத்திலும், துக்கத்திலும் பங்கெடுங்கள். அவர்கள் புறக்கணிக்கப்படுவதாக அவர்களுக்கு என்றும் தோன்ற வைத்தல் கூடாது!

20. ஆனால் எல்லாம் நீங்கள் பார்த்துக்கொள்வீர்கள் என்று நினைக்க வைத்து பொறுப்பாக வளர்வதை தடுத்துவிடாதீர்கள்.

21. அவர்களைவிட்டால் நமக்கு யார் என உங்களையும் அவர்களையும் குறுக்கிவிடாதீர்கள். வாழ்வில் ஒருவர் இல்லாவிட்டால் உலகமேயில்லை என்ப தாகாது!

22. பிரிந்துபோன உங்கள் கணவனையோ மனைவி யையோபற்றி அவதூறாகப் பேசாதீர்கள். உங்களுக்குத்தான் பிடிக்காதவர், பிள்ளைகளுக்கு அம்மா, அப்பா. அந்த உறவைக் கெடுக்க நமக்கு உரிமையில்லை!

23. தன்னம்பிக்கையுடன், கம்பீரமாக, செருக்குடன் வாழுங்கள். குழந்தைகள் பெருமைகொள்ளும் வண்ணம்.

திருமணம் தாண்டிய ஆண்/பெண் உறவுகள்

முதலில் திருமணம் என்பது எதற்காக வந்திருக்கலாம், அதனால் நன்மைகள் என்னவென்பதைப் பார்ப்போம்.

மனிதர்கள் கூட்டு வாழ்க்கை (societal living) வாழ்ந்திருந்த காலத்தில் பிடித்தவர்களுடன் உறவு வைத்திருக்கலாம், பிறந்த குழந்தைகளை அந்தக் கூட்டமே வளர்த்திருக்கும். அன்றன்று இயற்கை உணவு, வேட்டை என உண்டுகொண்டிருந்த மனிதன் மனதில் நாளைய வாழ்விற்கென்று சேமித்து வைக்கும் பழக்கம் இல்லாது இருந்தவரையில் மற்ற மிருகங்களைப் போல் இயற்கையாகப் பசிக்கையில் உணவு, வேர்க்கையில் நீர், உடல் திணவெடுக்கையில் கலவி என்றே வாழ்ந்திருப்பான். அதனால் தனக்கான மனிதர்கள் என்பது ஒரு கூட்டமே அல்லாது தனிமனிதர்கள் என்பதல்ல.

பின் இன்னிலை மாறியதும் (பல காரணங்கள், விளைச்சல்களைச் சேமிக்க கற்றுக்கொண்டான், பண்டமாற்று முறையில் தன்னிடம் இல்லாத பொருள்களை வாங்குதல், பிறகு பணம், மற்றும் இதர செல்வங்கள்) நாளை என்பதைப் பற்றிச் சிந்திக்க ஆரம்பித்தான். நாளை தனக்கென சேமிக்கத் தொடங்கியதும், ஏன் மற்றவரிடம் எதையும் பங்கிட வேண்டும் என்ற எண்ணம் மேலோங்கியிருக்கும்.

தனக்கென ஒரு பெண் உறவுகொள்ள, பின் சேமிப்பை விட்டுச்செல்ல அதனால் பலன்பெற என்று தன் குழந்தைகள், எனத் தனக்குத் தனக்கு எனச் சிந்தித்ததின் விளைவாகத் திருமணம் என்ற ஒன்று வந்திருக்கக் கூடும். இது என் கணிப்பு!

தன் உழைப்பின் பலன் தன் மக்களுக்கு மட்டுமே போக வேண்டும் என நினைக்கையில் இதை எப்படி ஊர்ஜிதப் படுத்துவது? ஒரு பெண் அவனுடன் மட்டும் உறவுகொண்டால் மட்டுமே அது இயலும். அதனால் பெண் என்பவளுக்கு ஒரு கற்பு நிலையைப் படைத்தான்.

ஒரு விதத்தில் பார்த்தால் கூட்டு வாழ்விலிருந்து வெளிவந்துவிட்ட மனிதருக்கு வாழ்வில் தனக்கென சில மனிதர்களைத் தக்க வைத்துக்கொள்ள ஏற்படுத்தப்பட்ட அறிவுபூரணமான ஒரு யுக்தியே திருமணம், குடும்பம் என்னும் அமைப்பு!

தனிமனித வாழ்வில் குடும்பம் என்பது ஒரு ஆதாரமாகவும், சௌகரியமாகவும், தன்னை வளர்க்க ஒரு தாய் தந்தை, தான் வளர்க்க சில பிள்ளைகள், தன் வயோதிகத்தில் தன்னைக் காக்க தன் பிள்ளைகள் என ஒரு அழகான கட்டமைப்பு! ஒருவருக்கொருவர் துணையாக, ஆதரவாக, வாழ்வில் ஒரு அர்த்தத்தைக் கொணர இது ஒரு நல்ல வழியே!

ஆனால் நடந்தது, நடப்பது என்ன? இங்கு எல்லாம் சரியே! ஆனால் இவை இயற்கையா என்றால் இல்லையெனவே கொள்ள வேண்டியதாகிறது. என்று திருமணம் என்ற ஒன்று கண்டுபிடிக்கப்பட்டதோ அன்றே திருமணம் தாண்டிய உறவுகளும் ஏற்பட்டன இல்லையா? ஆடைகள் கண்ட பிறகுதானே நிர்வாணம் கண்டோம்?

இயற்கையில் மனிதன் மிகுந்த வேட்கை மிக்கவன். எல்லாவற்றையும் அனுபவிக்க மிகுந்த ஆசை கொண்டவன். ஒருவருடன்தான் கலவி என்பது அவனைச் சுருங்கச் செய்தது. ஒருவருடன்தான் வாழ்வு முழுவதும் கலவி என்பது மனிதனின் இயற்கைக்குப் புறம்பானது.

ஆனால் அதே சமயம் திருமணமும் தேவை, பிள்ளைகள் தன் பிள்ளைகள்தான் என்ற உறுதியும் தேவை! இங்கு அன்பென்பதுதான் சுருங்கிப் போய் விட்டதே! என்னால் எனக்குப் பிறந்த குட்டிகளிடம் மட்டுமே அன்பு செலுத்த முடியும், என் சொத்துகள் உன் வயிற்றிலிருந்தோ, என் விந்தணுவிலிருந்தோ வந்தவனுக்கு மட்டும்தான் சென்றடைதல் வேண்டும்.

என்ன செய்யலாம் இந்நிலையில்? ஆண் தனக்கான ஆயுதத்தைக் கையில் எடுத்தான். பிள்ளை நான் பெறுவதில்லை. என் பிள்ளையென கண்டுகொள்ள, பெறுபவள் பெண். அவளைச் சுற்றியொரு வேலி கற்பென்ற பெயரில் அமைத்தான்.

இது தனக்கான சுதந்திரத்தையும் கெடுக்காது, அதே சமயத்தில் தன் வாரிசுகளையும் அடையாளம் காணலாம். எல்லாம் சரி. ஆனால் கற்பை இப்படி எல்லா பெண்களுக்கும் பொதுவில் வைத்தால் தான் யாரிடம் போய் தனக்கான வேட்கையைத் தணித்துக் கொள்வது? இதற்காகத் திருமணம் செய்யவிடாமல் தன் போகத்திற்காக மட்டுமே என தாசிகளை உருவாக்கினான்!

ஆனால் காலம் எப்பொழுதும் நாம் நினைப்பது போலவே இருப்பதில்லை! மாற்றங்கள் பல வடிவங்களில் வந்துகொண்டேதான் இருக்கும்!

ஆக இன்றைய நிலை என்ன? திருமணங்களும் நடந்து கொண்டுதான் இருக்கின்றன! திருமணம்

தாண்டிய உறவுகளும் நடந்துகொண்டுதான் இருக்கின்றன! இருக்கத்தான் செய்யும்!

இன்று (பல ஆண்டுகளாக) இம்மாதிரி உறவுகள் ஒரு கூட்டத்திற்கு மட்டுமான பிரத்தியேக உரிமையாகவோ, இல்லை ஒரு கூட்டத்தின் பிரத்தியேக கடமையாகவோ அல்லாமல், தனிமனிதர்களின் விருப்பாக மாறியுள்ளது. வரவேற்க வேண்டிய மாற்றம்.

இந்தப் பதிவு ஆணுக்கு, பெண்ணுக்கு என தனிப் பதிவல்ல. இருவருக்குமானது! நம் சமுமாயத்தில் இதில் ஆண் மட்டுமே நிறைய ஈடுபடுவதாகவும், பெண்கள் அப்படியில்லை எனவும் கருத்துகள் நிலவுகின்றன. அப்பொழுது இந்த ஆண்களெல்லாம் யாருடன் உறவு கொள்கிறார்கள் என்ற கேள்வி எழுகிறது!

திருமணத்திற்கு ஒரு முக்கியமான காரணம், ஒரு வயதிற்கு மேல் உடல் வேட்கையைத் தணித்துக்கொள்ள ஆணுக்கும் பெண்ணுக்கும் ஒரு வடிகால் வேண்டும் என்பதே! நாகரிகம் (civilization) என்ற ஒன்று வந்தபிறகு திருமணம் என்ற ஒரு பந்தம் ஒரு ஒழுங்குமுறையை நிலைநாட்ட வந்ததாகக் கூடக் கொள்ளலாம்! இப்படியாக ஒரு அரண் வைத்தும் ஏன் திருமணத்தைத் தாண்டிய உறவுகளை மனிதர்கள் நாடுகிறார்கள் என்பதைப் பார்ப்போம். இந்த மாதிரியான உறவுகள் உடல் வேட்கை தணிப்பதற்காக மட்டுமே ஏற்படுகின்றன என நினைப்பது தவறான கருத்தாகும். இதற்குப் பல காரணங்கள் உண்டு.

1. மனிதன் இயற்கையிலேயே ஒருவருடன் கலவி கொள்ளும் பிறவியில்லை! அவரின் தேடல்கள் அதிகம். முக்கியமாக உடலுறவு என்பது ஒருமுறை மிகவும் திருப்தியாக அமைந்துவிட்டாலும், வயிற்றுப் பசிபோல், நாக்கின் ருசி போல் மீண்டும்

மீண்டும் இன்னும் இன்னும் எனத் தேட வைக்கும் ஒரு உணர்ச்சி!

2. அன்பென்பது தானாக வருவது. திருமணம் என்ற பந்தத்தில் அது தானாகக் கண்டிப்பாக வரும் என்பதற்கான சாத்தியக் கூறுகள் மிகவும் அரிது! அன்பில்லாத கலவி (கொடுக்கல் வாங்கல்தானே கலவி என்பது? பகிர்தல் எனவும் கொள்ளலாம்!) நீண்ட நாட்கள் தொடருவது கடினம்... காமம் மட்டுமே இலக்காக இருக்கும் மனிதருக்கு இது பொருந்தாது. இருவரில் ஒருவருக்கு அது அன்பின் பகிர்தலாகத் தோன்றும் பட்சத்தில், அன்பில்லாத கலவியில் சுகம் காண இயலாது.

3. இயற்கையாகவே திருமணத்திற்குப் பிறகு வேறு ஒரு நபரிடம் ஒரு ஈர்ப்போ, அன்போ ஏற்பட நிறைய வாய்ப்புகள் உண்டு. அன்பிற்கும் உண்டோ அடைக்கும் தாழ்? ஏன் ஒருவரிடம்? நிறைய பேரிடம் கூட வர வாய்ப்புண்டு! இதுதான் உண்மை! இதுதான் இயற்கை!

4. திருமண பந்தத்திற்குள் தன் எதிர்பார்ப்புகள் நிறைவேறாதிருத்தல்! அது உடல் சம்பந்தப்பட்டதாகத் தான் இருக்க வேண்டும் என்பதில்லை! தன்னைப் புரியாத மனைவி கணவன், மற்றவர் தேவைகள் குறித்து சிந்திக்காத மனப்பாங்கு இப்படிப் பல.

5. எல்லாம் நன்றாகவே போய்க்கொண்டிருந்தாலும், நீண்ட காலமாகச் சேர்ந்திருப்பதாலும், மற்ற சுமைகளாலும் ஏற்படும் ஒரு சலிப்பு வாழ்வில் உத்வேகத்தையும், உற்சாகத்தையும் தொலைக்க வைக்கலாம். இதனால்தான் தேடல்கள்!

6. சிலர் இதுதான் வாழ்வென ஏற்றுக்கொண்டு இப்படித்தான் வாழ வேண்டும் என நினைக்கலாம்.

சிலருக்கு வாழ்வது ஒரு முறை அதை ஏன் தனது சந்தோஷம் தொலைத்து வாழ வேண்டும் என்ற நியாயமான காரணங்கள் இருக்கலாம்.

7. கலவியில் நாட்டமில்லாத துணைவராக இருக்கலாம்.

8. கலவியில் மற்றவர் தேவை அறிந்து திருப்திப்படுத்தத் தெரியாத, இல்லை விரும்பாத, தன் தேவையை மட்டுமே பூர்த்தி செய்யும் துணையாக இருக்கலாம்.

9. கிடைக்காத அன்பின் தேடல், அக்கறையின் தேடல் இப்படிப்பட்ட உறவுகளில் முடியலாம்.

10. ஏதோ ஒரு வெட்டவெளியை நிரப்ப ஏற்படலாம்.

11. சிலருக்குக் காமம் என்ற உணர்ச்சி அதிக அளவிலோ, பல அனுபவங்கள் தேவை என்ற ரீதியிலோகூட இருக்கலாம்

இப்படி இன்னும். பலபல காரணங்கள் இருக்கலாம். எல்லோரும் வரிந்துகட்டிக்கொண்டு காமத்திற்காக அலைந்து தான் இப்படிப்பட்ட உறவுகளை ஏற்படுத்திக்கொள்கிறார்கள் என நினைப்பதுபோல் முட்டாள்தனம் எதுவுமில்லை!

ஆக திருமணம் என்ற ஒன்று ஏற்பட்டதிலிருந்து, திருமணம் தாண்டிய உறவுகளும் பெருவாரியாக நடந்து கொண்டுதான் இருக்கின்றன, நாம் கண்களையும் காதுகளையும் மூடிக்கொண்டு எங்கள் கலாச்சாரம், கற்புசாரம் எனத் தொண்டை கிழிய கத்தினாலும், இல்லை நான்கு சுவற்றுக்குள் தானே எல்லாம் செய்துகொண்டு இதெல்லாம் ஒப்புக்கொள்ள கூடிய விஷயமில்லை என ஒப்பாரி வைத்தாலும். ஆனால் இங்கு கவனிக்கப்பட வேண்டிய விஷயங்கள் நிறைய உண்டு. நம்மை, நம்மைச் சார்ந்தவர்களை, நம்முடன்

உறவில் இருப்பவரை எந்த விதத்திலும் பாதிக்க வைக்காமல் இதைக் கையாளுவது அவ்வளவு எளிதல்ல.

ஏனெனில் நாமெல்லாம் இன்னும் உடலைத் தாண்டி நம் எண்ணங்களை வளரவிடவே இல்லை! உதவாக்கரை கணவனை ஏற்கும் மனைவி, அவனே இன்னொரு பெண்ணிடம் தொடர்புகொண்டால் கொதித்தெழுவாள்! தினம் அவனிடம் அடி உதை வாங்கினாலும் வாங்குவாள், ஆனால் அவன் வேறு ஒருத்தியிடம் போவதைத் தாங்க மாட்டாள். தினமும் சண்டை சச்சரவு என எதிலுமே திருப்தியடையாத நிம்மதியாக வாழவிடாத மனைவியுடன் வாழ்வதைப் பொறுத்துக்கொள்ளும் கணவன், அவள் வேறு ஒருவனுடன் நெருங்கிப் பழகுவதைப் பொறுக்க மாட்டான்.

உடல் ஒன்றே இங்குப் பிரதானமாகிவிட்டது. மனங்கள் உதாசீனப்படுத்தப்படுகின்றன! அன்பே இல்லாத கணவன் மனைவிகள்கூட ஒப்பேத்தி வாழ்ந்துவிடுவார்கள். ஆனால் உண்மையான அன்புடன் இருக்கும் கணவன் மனைவி எங்காவது லேசாக மற்ற பாலினத்தாரின் மீது கொஞ்சம் அன்பு காட்டிவிட்டால் கொதித்தெழுவர்.

இங்கு எத்தனை பேரால் தன் மனைவி இன்னொருவரையோ, இல்லை தன்னுடன் சேர்த்து இன்னொருவரையுமோ காதலிப்பதை சாதாரணமாக ஏற்று கடக்க முடியும்? மனைவிகள் பலர் இப்படி இருக்கிறார்கள் (இல்லை பொருளாதார சுதந்திரம் இல்லாத காலத்தில் இருந்திருக்கிறார்கள்). ஏனெனில் ஆண் மற்ற பல பெண்களிடம் தொடர்புகொள்வது நம் நாட்டில் காலகாலமாக ஏற்றுக்கொள்ளப்பட்ட ஒன்று. ஆனால் நான் பார்த்திருக்கிறேன் அப்படிப்பட்ட

ஆண்களை. தன் மனைவிக்கு அது சந்தோஷமெனில் இருந்துவிட்டுப் போகட்டுமே என இருப்பவர்களை.

இந்த உடல், அதன் மேல் செலுத்த நினைக்கும் ஆளுமை, இதன் பெயரால் சந்தேகம், அது உறுதி யானால் கொலை எனும் அளவிற்கெல்லாம் போகும் மனம் பிறழ்ந்த மக்கள் வாழும் பூமி இது! இதிலிருந்துகொண்டு திருமணம் தாண்டிய உறவைச் சரியாகக் கையாள்வது அவ்வளவு எளிதான காரியமல்ல.

மேலும் பல காரணங்களால் இப்படிப்பட்ட உறவுகள் நீண்ட காலம் நீடிப்பதுமில்லை! அதற்கும் பல காரணங்கள் உண்டு. முக்கியக் காரணம் மன முதிர்ச்சியின்மை! இதைக் கடைசியாகப் பார்ப்போம்.

இயற்கையில் எதுவுமே நிரந்தரமில்லை! காதல் என்ற உணர்வும் அப்படியே! அது நிரந்தரமென்றால் காதலித்துத் திருமணம் செய்தவர்கள் யாரும் திருமணம் தாண்டிய உறவுக்குள் செல்லவே மாட்டார்கள்! புதிதில் வரும் உற்சாகம், உத்வேகம் கொஞ்சம் கொஞ் சமாக நாளைடைவில் காணாமல் போகும் வாய்ப்புகள் அதிகம்.

இருவரின் தனிப்பட்ட சூழ்நிலைகள் காரண மாகலாம் பிரிய.

ஆக காதலே வாழாமல் திருமணத்தைக் காப்பதை விட காதலால் சேர்ந்த இந்த வகையான உறவுகளை நீட்டிப்பது மிகவும் கடினமான வேலையாகிறது.

இப்பொழுது மனமுதிர்ச்சிக்கு வருவோம். எல்லா எல்லைகளையும் உடைத்து ஒருவரின் உறவு தேவை என முடிவு செய்துவிட்டோம். சம்பந்தப்பட்ட யாருக்கும் பாதிப்பில்லாது இதை எப்படிக் கையாளப் போகிறோம்?

நினைவில் கட்டாயமாக நிறுத்திக்கொள்ள வேண்டியவை நிறைய :

1. இருவருக்கும் குடும்பம் ஒன்று பின்னால் இருப்பதையும், அதற்கான பொறுப்புகளை ஆற்றுவதில் எந்தவித அசௌகரியமும் நமக்கு நாமேவோ, இல்லை நம் காதலருக்கோ ஏற்படாமல் இருத்தல் வேண்டும் என்பதை எந்நேரமும் கவனத்தில் கொள்ள வேண்டும்.

2. எப்பொழுதும் உடனிருக்க முடியாத இந்த உறவின் தன்மையை அதன் இயல்புடன் ஏற்றுக்கொள்ள வேண்டும்.

3. பைத்தியக்காரத்தனமாக இந்த உறவிலும் தாங்கள் கணவன் மனைவி என்பது போன்ற கற்பனைகளைத் தவிர்த்தல் வேண்டும். அந்த உறவுகளைத் தாண்டி, அதற்கான முக்கியத்துவத்தை உடைத்தெறிந்து வந்துவிட்டு இங்கேயும் அப்படி நினைப்பது சுகம் கொடுக்கிறதெனில், மூளையில் ஏதோ கோளாறு என்றே அர்த்தம்.

4. ஏதோ கிடைக்காத ஒரு வெற்றிடத்தை நிரப்ப ஏற்பட்ட உறவில் ஒருவருக்கொருவர் இதமாக இருப்பதே நோக்கமாக இருக்க வேண்டும்.

5. உடன் இல்லாத போதெல்லாம் ஏதோ விடலைப் பருவத்துக் காதல்போல, சதா அவர்களையே நினைத்துக்கொண்டு, கடமைகளில் கவனம் செலுத்தாமல் இருப்பதெல்லாம் சிறுபிள்ளைத்தனம்.

6. இருவருக்கும் தோதாக நேரம் கிடைக்கும்போது மட்டுமே சந்திக்கவோ இல்லை பேசவோ, இல்லை குறுஞ்செய்தி அனுப்பவோ பழக்கப்படுத்திக்கொள்ள வேண்டும்.

7. நம்மால் நம் காதலருக்கு எந்தவிதமான பிரச்சினையும் அவர் குடும்பத்தில் ஏற்பட்டுவிடக்கூடாது என்பதில் அதிக கவனம் தேவை! இல்லையெனில் அது காதலே இல்லை! சுயநலமாகச் சிந்தித்தாலும், அப்படிப் பிரச்சினை வந்துவிட்டால் 90% அவர்கள் நம்மைப் பிரிய வேண்டிய கட்டாயத்தில் தான் தள்ளப்படுவர் என்பதைப் புரிந்திருத்தல் அவசியம்.

8. பொஸசிவ்னஸ் அறவே அழித்துவிடும் இப்படிப் பட்ட உறவுகளை! முதலில் அவர் யாருக்கோ கணவன்/மனைவி... பிறகுதான் நம் காதலர் என்பதை நன்றாக மனதில் ஏற்றிக்கொள்ள வேண்டும்.

9. முடிந்தால் அவருக்குத் தன் மனைவி/கணவன் மற்ற குடும்ப உறவுகளை சந்தோஷமாக வைத்துக்கொள்ள பின்னின்று உதவினால் உங்கள் மீதான மதிப்பும் பாசமும் கூடும்.

10. காதல் ஒருவர் மேல்தான் வரும் என்ற மூட நம்பிக்கையை உடைத்தல் அவசியம். அவர் துணையின் மீது இன்றும் காதல் இருக்கலாம். இல்லை இருந்து இன்று மறைந்திருக்கலாம். அது சாத்தியமெனில் உங்கள் காதலுக்கும் அந்தக் கதி வர எத்தனை காலம் பிடிக்கும்?

11. முக்கியமான ஒரு விஷயம். எக்காரணம் கொண்டும் ஒருவர் வீட்டிற்கு இன்னொருவர் உடலுறவு கொள்ளச் செல்வதைத் தவிர்க்கவும். எந்தக் காரணம் கொண்டும் பிள்ளைகளை இந்த உறவிற்கு நடுவில் நுழைக்காதீர்கள். நம் முதல் முக்கியக் கடமை நம் குழந்தைகள். அவர்கள் மனதாலோ, வேறு எந்தவிதத்திலோ பாதிக்கப்படுவதை அறவே தவிர்க்க வேண்டும்.

12. இந்தத் தற்காலிகம் என்ற பதத்தை மனதில் இருத்திக் கொள்ளுங்கள். கிடைக்கும் நேரம் சிறிதளவாயினும் பிடித்த விஷயங்களை ஒன்றாகச் செய்து முழு சந்தோஷத்தை அனுபவியுங்கள்.

13. இருவருக்கும் எல்லா பார்வையும் ஒத்துப்போக வேண்டியதில்லை! கிடைக்கும் நேரத்தில் தன்னைப் போலவேதான் அவர்களும் நினைக்க வேண்டும் என வாதங்கள் செய்து நிம்மதி தொலைக்காதீர்கள். உங்கள் உறவிற்கு நீங்களே விரைவில் சமாதி கட்டிவிடுவீர்கள்!

14. சந்தேகப்படுவதை ஒழிக்க முடிந்தால் மட்டுமே தொடருங்கள். இல்லையெனில் இந்த உறவிலும் நிம்மதி தொலைப்பீர்கள்!

15. ஏதாவது காரணத்தால் பிரிய நேரிடின், இத்தனை நாட்களின் அன்பிற்காக, சந்தோஷத்திற்காக, அக்கறைக்காக நன்றி கூறி விடைபெறுங்கள்! அதுதான் உங்கள் காதலுக்கு நீங்கள் தரும் மரியாதை!

16. முடிந்தவரை 'வைத்துக்கொண்டவராக' இல்லாமல் நண்பர்களாக இருத்தல் நலம்.

இலக்கணமும் தேவையோ?

ஆண்/பெண் – இனப்பெருக்கத்திற்காகவும் (பல நேரங்களில் வாழ்க்கை சுவையாக இருப்பதற்காகவும்) மட்டுமே உருவ வேடுபாடு கொண்டவர்கள். நாம் நம் சௌகரியத்திற்காக ஆணின் இலக்கணம் இது என்றும், பெண்ணின் இலக்கணம் இது என்றும் உருவாக்கி வைத்திருக்கிறோம்.

பல ஆயிரம் கோடி மனிதர்கள் இருப்பினும் முகத்தில், உருவத்தில் எத்தனை வேறுபாடுகள்? இயற்கையின் செயலே என்றும் விந்தைதான். அதனால்தான் நம்மால் மனிதர்களை அடையாளம் காணமுடிகிறது. உருவத்தின் வேறுபாடுகளை நாம் கேள்வி கேட்காமல் ஏற்கும்பொழுது ஏன் மனதில் உள்ள வேறுபாடுகளைக் கூறு போடுகிறோம்? முகத்திற்கு விருப்பப்பட்டவர்கள் அவரவர்கள் சாயம் பூசிக்கொள்கிறோம். என்னதான் சாயம் பூசினாலும் முகத்தைக் கழுவிய பிறகு எதுவோ அதுவே நம் உண்மை முகம்.

அதேபோல் இங்கு ஒட்டுமொத்தமாக ஒவ்வொரு சமுதாயமும் தன் வசதிக்கு ஏற்ப எல்லோருக்கும் மூளைச்சலவை செய்து வைத்திருக்கிறது பல ஆண்டு காலமாக... அதிலே ஊறிப்போனதினால் அதுதான் நம் மனம், மூளை என நாமே நம்பும்படியான ஒரு சூழல் ஏற்பட்டுவிட்டது.

இந்தச் சமுதாயம் இயற்றிய இலக்கணங்களுள் அடங்காத ஆண்களுமுண்டு; பெண்களுமுண்டு. சிலரே அதைக் கண்டு தெளிந்து வாழ்கிறார்கள். பலர் தன் அடையாளம் தொலைக்க பயந்து அந்த இலக்கணத்திற்குள் வாழ வாழ்நாள் முழுவதும் முயற்சித்தே மரணமும் எய்திவிடுகிறார்கள்.

உதாரணமாக, தாலாட்டு பாடித் தூளி ஆட்டிக் குழந்தையை உறங்கச்செய்து, காலையில் எழுந்து சமையல் செய்து மனைவியையும் பிள்ளைகளையும் அவரவர் வேலைக்கு அனுப்பிவிட்டு மாலை அவர்கள் வருகைக்காக வீட்டைத் தயார் செய்யும் ஆண்களை நான் கண்டிருக்கிறேன். அந்தக் குடும்பத்தைப் பொருத்தவரை அவரவரால் எதைக் கையாள முடியுமோ அதைத் தன் கடமையாகக் கொண்டு செயல்பட்டுக் குடும்பத்தை அழகாக நிர்வகிக்கிறார்கள்.

அவரைப் 'பொட்டை' என கேலி செய்யும் ஆண்களையும், பெண்களையும் பார்த்திருக்கிறேன். இந்த மாதிரி மனிதர்கள் தான் என்னை ஆச்சரியப்பட வைக்கிறார்கள்.

ஆணும் பெண்ணும் இங்கு சரிசமம் இல்லை. ஏன்? எந்த ஆணும் ஆணுமே, பெண்ணும் பெண்ணுமே சரிசமம் இல்லை! நாம் மனிதக் கூட்டம். ஆனால் ஒவ்வொருவரும் உருவத்தில் வேறுபாடு கொண்டுள்ளதுபோல் மனதாலும், மூளையாலும் வேறுபாடு கொண்டவர்களே!

இந்த வித்தியாசம்தான் புரியவேண்டுமேயன்றி, நாம் செயற்கையாக ஏற்படுத்திய இலக்கணங்களின் வித்தியாசங்கள் அல்ல!

இந்த வித்தியாசங்களைப் புரிந்துகொள்ள முடியாதவர்கள், இல்லை புரிந்தாலும் சமூகத்தின் கேலிப்பேச்சிற்குப் பயந்து இலக்கணங்களில் தன்னையும் தன் வீட்டாரையும் அடக்க நினைப்பவர்களே இங்கு நிம்மதியின்றி தவிப்பவர்கள்.

ஒவ்வொருவரும் தனி மனிதராகத் தன்னால் கையாள முடிந்த பொறுப்பை ஏற்று, தான் தானாக வாழ்ந்தால் முழுமையான ஒரு வாழ்வை வாழலாம்.

இலக்கணங்களுக்குள் இயற்கையாக நாம் வேறு பாடுகள் விழுமேயானால் அது இருந்துவிட்டுப் போகட்டும்.

இலக்கணங்களுக்குள் விழ வேண்டும் என செயற்கையான முயற்சி எதற்கு? நாம் வாழவே நாம் பிறந்திருக்கிறோம். அடுத்தவர் மெச்ச அல்ல. அவரும் ஒருநாள் காணாமல் போவார்; நாமும் ஒருநாள் காணாமல் போவோம்.

இருக்கும்வரை இயற்கையுடன் கைகோர்த்து நடப்போமே! இயற்கைக்கு ஏமாற்றத் தெரியாது. கண்டிப்பாக நல்ல துணையாகத்தான் இருக்கும்!

யார் தவறு?

பெண் குழந்தைகளைப் பெண்ணாக, சக மனுஷியாக வளர்க்காமல் அலங்காரப் பொருளாக வளர்ப்பது பெற்றோர்களின் தவறு. அப்படி வளர்க்கப்படுவதால் தான், எப்பொழுதுமே அடுத்தவர்களை அவர்கள் கவருவதை மனதில் கொண்டே உடையிலும், அலங்காரத்திலும் வாழ்வைத் தொலைக்கிறார்கள்.

பெண் பார்க்க வருகையில் ஏன் சாதாரணமாக ஒரு உடையணிந்து, எளிமையாகக் காட்சியளிப்பதில்லை? இதற்கும் பெற்றோரே காரணம். ஏன் தனக்குத் திருமணம் என்றாலும், அடுத்தவர்க்குத் திருமணம் என்றாலும், அலங்காரமாக வருகிறார்கள்?

அழகென்பது மனதில் இருந்தால் அடுத்தவரைக் கவர முயற்சி எடுக்க வேண்டிய கட்டாயமேயில்லை. தன் மீதான நம்பிக்கையை உடைத்துத் தன் அலங்காரத்தின் மீதான நம்பிக்கையை வளர்ப்பது பெற்றோர்.

பெண்ணிற்கோ, ஆணிற்கோ அழகு புறத்தோற்ற மல்ல, அகத்தோற்றம்.

பெண்களும் இங்கே ஆண்களைக் கவருவதே வேலையாக, ஆண்களும் இங்கே புற அழகை நேசிக்கும் ஆண்களாக ஆனதே இந்தச் சமுதாயத்தின் தவறே!

ஏன் ஒரு பெண்ணிற்கு இயற்கையாகக் கொஞ்சம் கைகால்களில் முடி இருந்தால் என்ன? அதை மழித்து பளபளவென ஆக்கிக்கொள்ளும் அவசியமென்ன? ஆணிற்கு உடலில் முடி ஆண்மை என இலக்கணம்

வகுத்தது யார்? முடி இல்லாத ஆண்கள் மனிதர்களாக இல்லையா? இதெல்லாம் என்ன... இலக்கணம்?

இவையெல்லாம் மாறும்வரை பெண்கள் ஆண்களைக் கவரத்தான் உடுத்துவார்கள். எதை அணிந்தால் தான் அழகாக இருப்போம் என்ற அடிப்படையில்தான் உடுத்துவார்கள். ஏனெனில் இங்கு பெண்ணிற்கு இலக்கணமே அவள் புற அழகு என்றாகிவிட்டது. அதை நோக்கித்தான் ஓடுவார்கள்...

சும்மா ஓலமிட்டுப் புண்ணியமில்லை. தனி மனிதனின் மாற்றமே சமுதாய மாற்றமாகும்.

ஆண் பாவம்

கலைந்த குடும்பம் – உருக்குலையும் ஆண். ஒரு மனைவியும் கணவனும் பல காரணங்களால் பிரிந்து வாழ முடிவெடுக்கலாம். அவை பலத்த காரணங்களினாலும் இருக்கலாம், வெறும் கருத்து வேறுபாடுகளினாலும் இருக்கலாம். இங்கு ஏன் பிரிவு என்பது குறித்து அலசவில்லை. பிரிய முடிவெடுத்த தம்பதியர்க்குக் குழந்தைகள் இருந்தால், அவர்கள் யாரிடம் வளருவார்கள்?

நம் சமுதாயத்தில் தாய் என்பவள் தனி இடம் வகிக்கிறாள். பெரும்பாலும் குழந்தைகள் தாயிடமே ஒப்படைக்கப்படுகின்றனர். பிரிந்துசெல்லும் ஆணும் இதைச் சரி என்றே நினைக்கிறான் – ஏனெனில் தாயைவிட்டுக் குழந்தைகளைப் பிரித்தால் குழந்தைகள் பாதிக்கப்படுவார்களோ என்ற நினைப்பில். ஆனால் எத்தனை மனைவிமார்கள், தான் குழந்தைகளுடன் இருக்க கணவன் தனிமையில் தவிப்பானே என்று மனிதாபத்துடன் யோசிக்கிறார்கள்?

உங்களுக்கும் உங்கள் கணவருக்கும் இடையில் ஆயிரம் பிரச்சினை இருக்கலாம். அவரை நீங்கள் எதிரியாகக்கூட பாருங்கள், அது உங்கள் விருப்பம் – அப்படிப் பார்க்கத் தேவை இல்லை என்றாலும், அது உங்கள் சூழ்நிலையைப் பொறுத்த விஷயம். ஆனால் பிரிந்துபோகும் கணவரை உங்கள் குழந்தைகளின் பார்வையிலும் ஏன் எதிரி ஆக்குகிறீர்கள்? நீங்கள்

எப்படி அவர்களுக்கு அம்மாவோ, அதேபோல் அவரும் அவர்களுக்கு அப்பாதானே? நீங்கள் உங்கள் குழந்தைகளுடன் வாழ்கையில், அவருக்கு அவர்களுடன் வாழ குடுப்பினை இல்லாவிட்டாலும், அவர் குழந்தைகளுடன் பேசவோ, வெளியில் அழைத்துச்செல்லவோ, அவர்களுடன் சிறிது நேரம் அவ்வப்போது செலவிடவோ அனுமதிக்க உங்களுக்கு ஏன் மனமில்லை? நிறைய மனைவிமார் குழந்தைகளிடம் தான் கணவனிடம் பட்ட கஷ்டங்களை ஒன்றுக்குப் பத்தாகக் கூறி அவர்கள் மனதில் அப்பாவை ஒரு ஈனப் பிறவியாகப் பார்க்க வைக்கிறார்கள். இது நியாயமா? எல்லோருக்கும் ஒருவன் நல்லவனும் இல்லை எல்லோருக்கும் ஒருவன் கெட்டவனும் இல்லை.

குடும்பத்தைப் பிரிந்து வாழும் ஆண்கள், பெரும்பாலும் வருந்துவது இது குறித்துதான். தீர்ப்பே கணவனிடம் விடுமுறை நாட்களில் குழந்தைகள் விடப்பட வேண்டும் என இருந்தாலும் அம்மாக்கள் குழந்தைகளின் மூளையைச் சலவை செய்துவிடுகிறார்கள், அப்பா நல்லவர் இல்லை என. நீங்கள் கணவனில்லா வாழ்க்கையை வாழ்வதுபோல் அவர் மனைவி இல்லா வாழ்க்கை வாழ்கிறார். சமத்துவம் பேசும் பெண்கள், இங்கேயும் சமத்துவம் பேச வேண்டும் அல்லவா? கணவருக்கு மட்டும் ஏன் உங்களைவிட அதிக தண்டனை வழங்க வேண்டும்? மறுமணம் செய்ய மனமில்லாமல் வாழும் எத்தனை அப்பாக்கள் அனாதையாகத் திரிகிறார்கள்? இந்தச் சமுதாயம் பல நேரங்களில் ஒருதலைபட்சமாகவே யோசித்துச் செயல்படுகிறது. ஒரு பெண் கணவனில்லாமல் குழந்தைகளை வளர்த்தால் பாவம் பார்க்கும் சுற்றமும் நட்பும், ஒரு ஆண் தனித்துத் தவிப்பதைக் கண்டுகொள்வதே இல்லை.

தந்தது அவர்தான், பெற்றவள் நீதான். வளர்ந்து பெரியவர்களாகி அவர்கள் முடிவு செய்யட்டும், அப்பாவின் உறவு வேண்டும் வேண்டாமென. அதுவரை அவர்கள் வளர்ச்சியில் அவருக்கும் பங்குபெற வாய்ப்புக் கொடுங்கள்.

மனமுதிர்ச்சி இருந்தால், தனியே வாழ்ந்தாலும் நல்ல நண்பர்களாக வாழலாம், இருவரும் சேர்ந்து குழந்தைகளுக்குச் செய்ய வேண்டியதைச் செய்யலாம். முடியவில்லை என்றால், சில பொறுப்புகளையேனும் அவரிடம் விடுங்கள். சில நேரங்களாவது தன் குழந்தைகளிடம் இருக்க அவருக்குச் சந்தர்ப்பம் கொடுங்கள்.

ஆயிரம் வேற்றுமைகள் உங்களுக்குள் இருந்தாலும், அவரும் மனிதர்தானே என்ற மனிதாபிமானம் வேண்டும். நீங்கள் உயிர் கொடுத்து வளர்க்கும் குழந்தைகளுக்கும் அப்பாவின் அன்பை அனுபவிக்கவிடாமல் தவறு செய்கிறீர்கள்.

உண்மையிலேயே உங்கள் கணவரால் குழந்தைகளுக்கு ஆபத்து வரும் என்றாலோ, இல்லை அவர்கள் மனது பாதிக்கும் அளவிற்கு அவர் கொடுமைக்காரராக இருந்தாலோ, உங்கள் குழந்தைகளின் நலன் கருதி இதைச் செய்தால், சரி.

நிறைய பிரிவுகளில், இருவரும் நல்லவரே, ஆயின் சேர்ந்து வாழ இயலாத வேறுபாடுகளினாலேயே பிரிகின்றனர். இப்படிப்பட்ட பிரிவுகளில் கணவர்களை ஏன் தண்டிக்க வேண்டும்? இது நியாயமா?

யோசியுங்கள். தாய் என்னும் பதவியை நீங்கள் சுயமாக சம்பாதிக்கவில்லை. அவர் துணையுடனேயே சம்பாதித்தீர்கள். இதே நீங்கள் ஆணாகப் பிறந்திருந்து, அவர் பெண்ணாகப் பிறந்திருந்தால், இதே காரணங்களுக்காக நீங்கள் பிரிந்திருந்தால், நீங்கள்தான் தனித்து

விடப்பட்டு இருப்பீர்கள். இதில் நீங்கள் பெருமைப்பட என்ன இருக்கிறது?

குழந்தைகளைவிட்டுப் பிரிய நேருமே என நினைத்தே வாழ்நாள் முழுதும் மனைவியிடம் அடிமை வாழ்க்கை வாழும் ஆண்களும் இருக்கிறார்கள்...

நம் சமுதாயத்தில் ஆணுக்கும் கொடுமை இழைக்கப்படத்தான் செய்கிறது... ஆணும் பாவமே இங்கு!

பொது இலக்கணங்கள் சரியா?

எதற்கெடுத்தாலும் இலக்கணம் வகுத்து, அதற்குள் அவற்றை அடைப்பதென்பது நம் மக்களின் மூளையாகிப் போனது!

உதாரணத்திற்கு தாயன்பு என்று நாம் வகுத் திருக்கும் பண்புகளில் ஒரே ஒரு விஷயத்தைப் பார்ப்போம்.

தனக்கு உணவில்லை எனும்போதும் மகன்/ மகளுக்கு இருக்கும் உணவை வயிறார உண்ண வைத்து, அந்த மனத்திருப்தியில் வாழ்பவள்தான் தாய் எனப் பறைசாற்றுகிறோம்!

இதில் தாயின் மனம் திருப்தியடையலாம். அவள் உடல் திருப்தியடையுமா? அவள் உடல் இதைத் தாங்காமல் படுக்கைக்கு அவளைத் தள்ளியதென்றால், நாளை அந்தப் பிள்ளைக்குச் சோறுபோட அவளால் முடியுமா? அதற்காகவாவது அவளும் உண்ண வேண்டாமா?

இன்னொரு பார்வை! நம் இன்றைய நிலை இதுதான் என்றால், அது அந்தப் பிள்ளைக்குத் தெரிய வேண்டாமா? அரை வயிற்றுக்குச் சாப்பிட அவன் கற்க வேண்டாமா? பகிர்ந்துண்ணும் மனநிலையை அவன் கற்க வேண்டாமா? அதுதானே அவனுக்கும் நல்லது?

இப்படி ஒரு தாய் ஏன் நினைத்தல் கூடாது? இந்த நினைப்பில் என்ன தவறு?

ஆனால் வகுத்த இலக்கணங்களில் தன்னைப் புகுத்திப் புகுத்தி புத்தியை இழந்துவிட்ட மனிதர்களால் இப்படி நினைக்க முடியாது! இப்படி ஒரு எண்ணம் வந்துவிட்டாலே, செயல்படுத்துவதற்கு முன் குற்ற உணர்விற்குள் விழுந்து விடுவாள் அவள்!

வாழ்விற்கு இலக்கணங்கள் தேவைதான், ஆனால் அது பொது இலக்கணமாக இருத்தலாகாது. அவரவர் சூழ்நிலை, பார்க்கும் பார்வையில் அவரவர் இலக்கணங்கள் பிறக்கின்றன! அவர் பார்வை மாற, சூழ்நிலைகள் மாற இவையும் மாறக் கூடியவையே!

மற்றவரைத் துன்புறுத்தாதவரை, மனிதம் காக்கும்வரை, அவரவர் இலக்கணம் அவரவர்க்குச் சரியே! கூட்டுப் புத்தி, தனிமனிதனை இறந்தும் இறக்க வைக்கும் ஒரு யுக்தியே!

'சும்மா' இருந்தால் என்ன?

ஒரு மனிதன் 'சும்மா' இருப்பது என்பது அவ்வளவு தவறான விஷயமா? அவன் 'உருப்படியா' எதுவும் செய்யல... எது உருப்படி? யார் நிர்ணயிப்பது?

பொறுப்புகளை ஏற்றுக்கொண்டு நிறைவேற்றத் தவறுபவனை ஏசலாம்! பொறுப்பே தனக்கு வேண்டாம் என ஏற்றுக் கொள்ளாதவன் தனக்கான வேலைகளை மட்டும் செய்துகொண்டு அவன் பாட்டுக்கு இருப்பதில் மற்றவருக்கு இங்கு என்ன பிரச்சினை?

ஒருவேளை பொறாமையோ?

இல்லை பொறுப்புகளை ஏற்றுக்கொண்டாலும், அதற்கென ஒரு வரைமுறை வைத்து பாக்கி நேரங்கள் சும்மா இருக்கலாம். அது அவரவர் மனநிலையைப் பொருத்தது.

ஏன் சும்மா இருக்க? எதுவும் உருப்படியா பண்ண லாமில்ல? இப்படிப் பேசுபவர்களைப் பார்த்தால் ஆச்சரியமாக இருக்கிறது!

எல்லோரும் திருமணம் செய்து, பொறுப்புகளைச் சுமந்து, தலையெழுத்தே என ஓடிக்கொண்டே இருப்பதுதான் உருப்படியான செயல் என யார் நிர்ணயம் செய்வது?

இந்தப் பைத்தியக்காரக் கூட்டங்களின் நடுவே, பொறுப்புகள் ஏற்காமல், தன் அடிப்படைத் தேவைகளை

மட்டும் கவனித்துக்கொண்டு, மற்ற நேரங்களை 'சும்மா' கழிப்பது லேசுபட்ட காரியமில்லை!

அதற்காகவேணும் அவன் பாராட்டப்பட வேண்டியவனே!

லட்சியமில்லாமல் என்னவொரு வாழ்வு? எந்த லட்சியத்தை நோக்கி நாமெல்லாம் ஓடிக் கொண்டிருக்கிறோம்? சமயத்தில் சும்மா இருப்பவனே பூமிக்கு பாரம் சேர்க்காமல், அடுத்தவர்க்கும் பாரமாகாமல் வாழ்கிறான்!

என் மனமார்ந்த பாராட்டுகள் அவன் லட்சியத்திற்கு!!!

அவமானச் சின்னமா?

இங்கு ஒரு ஆண் தெருவில் நின்று சுவரிலோ, தரையிலோ பீச்சி அடிப்பான், அவனால் அதை அடக்க இயலாது. ஆனால், நான் அந்தத் துர்நாற்றம் தாங்கி, அவனது குறியைப் பார்த்தும் பார்க்காமலும் ஒன்றுமே வித்தியாசமாக நடக்காததுபோல் கடக்க வேண்டும்.

ஆனால், என் பெண்மைக்கு உறுதுணையான மாதவிடாய் காலத்தில், நான் வாங்கும் நாப்கினைக் கடைக்காரரிடம் முணுமுணுத்துக் கேட்க, அவரும் அதை மற்றவர் கண்ணில் படாமல் செய்தித்தாளில் சுற்றி மறைத்துக் கொடுப்பார். அதையும் நான் கூனிக்குறுகி அவர் கண்களைக் கூட நேராகச் சந்திக்க திராணி இன்றி குற்ற உணர்ச்சியுடன் மறைத்து வாங்கி, மறைத்து எடுத்துவந்து, வீட்டு ஆண்களின் கண்ணில் படாமல் ஒளித்து வைத்து உபயோகிக்க வேண்டும்.

மாதவிடாய் ஒரு பெண்ணின் அவமானச் சின்னம் என்றால், இங்கு ஜனிக்கும் ஒவ்வொரு உயிரும் அவமானச் சின்னங்களே!

பெண்மையின் அடையாளமே அவமானத்திற் குறியதாகப் பெண்களே ஏற்றுக்கொண்டு நடந்து கொள்ளும் அளவிற்கு எண்ணங்கள் ஊறிப்போக வைத் திருக்கும் நாற்றமெடுத்த சமுதாயமே நம் சமுதாயம்!

லதா

பிரேசியர் ஸ்ட்ராப்

இதைப் படிக்கும் பெண்களில் சிலராவது சில முறைகளாவது இதைக் கடந்து வந்திருக்கலாம். இல்லை அவர்களே இதைச் செய்தும் இருக்கலாம். யாரையும் புண்படுத்தும் நோக்கமல்ல. என் பார்வையைப் பகிர்கிறேன்.

ஏதாவது ஒரு பெண்ணின் பிரேசியர் ஸ்ட்ராப் கொஞ்சம் விலகி முதுகிலோ, தோள்பட்டையிலோ தெரிந்தால் போதும், உடனே இன்னொரு பெண் அப்படியே நைசாக பின்னாடி வந்து நின்று யாருக்கும் தெரியாமல் அதை உள்ளே தள்ளிவிடுவார். இதற்குத் தெரிந்தவர்கள் தெரியாதவர்கள் கணக்குக்கூட இருப்பதில்லை பல நேரங்களில்.

எனக்கொன்று புரியவில்லை. ஆமாம் அது உள்ளாடைதான். வெளியில் தெரிய வேண்டிய அவசியமில்லைதான். அதற்காக அது வெளியில் தெரிவதே ஏதோ மானம் போகும் பிரச்சினை போல் அத்தனை ரகசியமாக, பழக்கம்கூட இல்லாத பெண்ணைத் தொட்டு உள்ளே தள்ளிவிட வேண்டிய அவசியமென்ன வந்தது?

பெண்ணின் ஒட்டுமொத்த மானமும் கௌரவமும் வெளியே சிறிது தலைகாட்டும் அந்த ஸ்ட்ராப்பில்தானா உள்ளது? இடுப்பையும், வயிரையும் காட்டிக் கட்டும் புடவை என்ற ஒரு உடையில், ஒரு சின்ன ஸ்ட்ராப்தான் பெரிய பிரச்சினையா?

இன்னொரு கேள்வியும் எனக்குள்ளது இதில், பெண் என்ற ஒரே காரணத்தினால் இன்னொரு பெண்ணைத் தொடும், அதுவும் முதுகைத் தொட்டு ஸ்ட்ராப்பை உள்ளே தள்ளும் உரிமையை எடுப்பது எப்படி நியாயமாகும்? பெண்ணைப் பெண் தொட்டால் என்ன தவறென்ற கேள்வி வேண்டாம். பிடிக்குமா பிடிக்காதா என்ற கேள்வி எழ வேண்டும், அந்தச் செயலைச் செய்வதற்கு முன். அந்நிய மனிதர்கள், அந்நிய மனிதர்கள்தான், ஆணாக இருந்தால் என்ன? பெண்ணாக இருந்தால் என்ன?

அப்படியே அது மானம் போகும் விஷயமாகத் தோன்றினாலும், வாயால் சொல்லலாம். சிலர் செய்கையில் காட்டுகிறேன் எனக் கையாலும் கண்ணாலும் அபிநயம் பிடிப்பார்கள் பாருங்கள், அவர் என்ன சொல்கிறார் என நாம் புரிந்துகொள்ளுமுன் சபையில் அத்தனை பேருக்கும் புரிந்துவிடும். இத்தனை நேரம் அதுபற்றி கவனத்தை ஈர்க்காதவர்களையும் ஈர்க்க வைத்துவிடுவார்கள்!

வளருங்கள் தயவுசெய்து! ஒரு பெண்ணின் வாழ்வு தம்மாத்துண்டு பிரேசியர் ஸ்ட்ராப்பில் தொங்கிக்கொண்டு இல்லை!

பேசாதீர்கள்
ஆணாதிக்கம் பற்றி

1. நாப்கினை செய்தித்தாளில் சுற்றி மறைத்து வாங்குவதை நிறுத்தும்வரை...

2. சிறிது அஜாக்கிரதையாலோ, இல்லை இரத்தப் பெருக்கு எதிர்பாராவிதமாக அதிகமாவதாலோ, இல்லை எதிர்பாரா நேரம் பீரியட்ஸ் வந்து விடுவதாலோ, துணியில் சிறிது இரத்தக்கறை பட்டவுடன் கூனிக்குறுகுவதை நிறுத்தும் வரை...

3. ஆண்களின் உள்ளாடைகள்போல் தன் உள்ளாடை களையும் காயப்போடாமல் மறைத்துப் போடுவதை நிறுத்தும் வரை...

4. தனக்கான தனிப்பட்ட செலவுகளை மட்டுமாவது தன் சுய சம்பாத்தியத்தில் செய்துகொள்ளும் திராணியை வளர்த்துக்கொள்ளாதவரை...

5. தன் திருமணத்திற்கான செலவைத் தன் பெற்றோரோ, உடன் பிறந்த ஆண்மகனோ ஏற்க வேண்டும் என்ற எண்ணத்தைத் தொலைக்கும்வரை...

6. தன் நியாயமான ஆசைகளை நிறைவேற்றிக்கொள்ளக் கூட உடனிருக்கும் ஆணின் அனுமதிக்குக் காத்திருப்பதை நிறுத்தும்வரை...

7. விவாகரத்திற்குப் பிறகும் தனக்கான வாழ் வாதாரத்தை அவனிடம் எதிர்பார்ப்பதை நிறுத்தும் வரை...

8. கலவிகொள்ள விருப்பமேற்படின், தயங்காமல் தனக்கான ஆணிடம் கேட்கக் கூசுவதை நிறுத்தும் வரை...

9. தனக்கு ஆர்வமில்லாத விஷயங்களைப் பெண் என்ற ஒரே காரணத்திற்காகக் கட்டாயப்படுத்திச் செய்ய வைப்பதை எதிர்க்காதவரை...

10. தன் மீது நம்பிக்கை வைக்காது எல்லாவற்றிற்கும் ஆணைச் சார்ந்தே வாழும் மனநிலையிலிருந்து விலகாதவரை...

11. தனி வரிசை, தனி இடம், ரிசர்வேஷன் என்று பொது இடங்களில் கேட்பதை நிறுத்தும்வரை...

12. திருமணத்தில் தாலி கட்டிக்கொள்வதை சம்பிரதாயத் திற்காகக்கூட ஏற்பதை எதிர்க்காதவரை...

13. திருமணத்திற்குப் பிறகு கணவனின் பெயரைத் தன்னுடன் இணைத்துக்கொண்டு அந்தப் பெயரில் தன் சுயம் தொலைப்பதை நிறுத்தும்வரை...

14. என்றுமே நீ அடிமைதான்! உன் எண்ணங்களுக்கு, உன் செயல்களுக்கு! ஆணாதிக்கம் குறித்துப் பிறகு விவாதிக்கலாம்.

பெண்ணியம் பேச நமக்கு அருகதை உள்ளதா?

ஆஸ்திரேலியாவில் ஒரு கணவன் மனைவி விவாகரத்துக் கோரினால், குழந்தைகள் வளர்ப்பில் இருவரும் சம பங்கு எடுக்க வேண்டும். அது நேரமாக இருந்தாலும், பணமாக இருந்தாலும். தாயுடன் குழந்தைகள் இருக்கும் பட்சத்தில், குழந்தை வளர்ப்பிற்காக மட்டுமே தந்தையானவன் பணம் தர வேண்டும். அதுவும் ஐம்பது சதவிகிதமே! மனைவிக்கு அவன் எந்த விதத்திலும் பொறுப்பேற்பதில்லை. ஒரு பெண் முடமாக இருந்தாலே ஒழிய, அவளால் பணம் சம்பாதிக்க முடியாத அளவிற்கு உடல் பாதிப்பு இருந்தாலே ஒழிய அவள் செலவிற்கு அவள் தான் பணம் ஈட்ட வேண்டும். இத்தனை நாட்கள் அவள் வேலைக்குப் போகாமல் இருந்திருந்தால்கூட. இது நான் கேள்விப்பட்டது. உண்மையாக இருப்பின் இதுவே நியாயம் எனத் தோன்றுகிறது. இதை ஒரு முன்னுரையாக மட்டுமே முன் வைக்கிறேன். இப்பொழுது நம் கதைக்கு வருவோம்.

மகனுக்குச் சமமாகச் செலவு செய்து நம்மைப் படிக்க வைத்தாலும், நமக்குப் பெற்றோர்கள் நகைகள் வாங்க வேண்டும், திருமணத்திற்குப் பணம் சேர்த்து வைத்தோ கடன் வாங்கியோ நல்ல இடத்தில் ஆடம்பரமாகத் திருமணத்தைச் செய்து வைக்க வேண்டும்.

தந்தை இல்லாத பட்சத்தில் அவருக்கு மகனாகப் பிறந்து விட்ட ஒரே காரணத்தினால் அண்ணனோ

தம்பியோ கடன்காரனாகவோ இல்லை தியாகியாகவோ ஆக வேண்டும் நம்மை வாழ வைக்க.

நம் கணவனுடன் நாம் படுப்போம். ஆனால், கருவுற்றால் பெற்றோர் உடலால் பணத்தால் உழைத்துப் பிரசவம் பார்த்து நம் பிள்ளைக்குச் சீர் செய்து திரும்ப அனுப்ப வேண்டும்

இவ்வளவு செய்த பின்பும் நம் தாய் தந்தையரைக் கடைசி காலத்தில் காப்பாற்றும் பொறுப்பு அவர்களுக்கு, மகன் இருந்தால் அவனின் பொறுப்பே ஆகும்.

படித்திருந்தாலும், திருமணத்திற்குப் பிறகு வேலைக்குப் போவதும் போகாததும் நம் விருப்பம், குடும்பத்தில் பணப் பற்றாக்குறை இருப்பினும் கணவனே சரிகட்ட வேண்டும், நாம் விரும்பினால் மட்டுமே பொறுப்பேற்கும் சுதந்திரம் வேண்டும். ஆனால் நாம் வேலைக்குப் போகும் பட்சத்தில்கூட வேலைக்குப் போகாமல் இருப்பதற்கான சுதந்திரம் ஆணிற்குக் கிடையாது. ஏனெனில் உத்தியோகம் புருஷ லட்சணம்.

பேருந்தில் ஏறினால் தனி இருக்கை வேண்டும். அதுவும் பெண்களுக்காக ஒதுக்கப்பட்டிருக்க வேண்டும். ரயிலில் பிரயாணம் செய்தால் தனிப் பெட்டி வேண்டும். எங்கு போனாலும் தனி வரிசை வேண்டும்.

திருமணம் செய்த பிறகு நாமாகவே நம் உலகைக் குறுக்கிக்கொள்வோம். அதனால் ஆணும் குறுக்கிக்கொண்டு நம்முடனேயே 24 மணி நேரமும் காலம் தள்ள வேண்டும்.

கணவனுக்கு எவ்வளவு பணப் பிரச்சினை இருந்தாலும் தனக்கு வேண்டிய நகையோ, புடவையோ எத்தனை விலை கொடுத்தாலும் வாங்கித் தர வேண்டும். இல்லை எனில் அவன் எதற்கு என்ற இடிப் பேச்சு.

திருமண நாளில் ஒவ்வொரு வருடமும் தனக்குப் பரிசென விலை மிகுதியில் ஒரு புடவையோ, நகையோ வேண்டும். பெரும்பாலும் அந்தத் திருமண நாளில் அவனுக்கென்று அவன் எதையுமே பெற்றிருக்க மாட்டான்.

தனக்குப் பிறக்கும் பெண்ணை அடுத்தவனுக்குத் தாரை வார்ப்பதற்காகவே வளர்ப்பு. தன்னைப் பிற்காலத்தில் காப்பாற்றுவதற்காகவே மகன் வளர்ப்பு.

தன் பெண்ணை மாப்பிள்ளை தாங்க வேண்டும். அவள் மாமியாரை அவள் தாங்க வேண்டியதில்லை. ஆனால், தன் மகன் மருமகளைத் தாங்கக்கூடாது. ஆனால், மருமகள் தன்னைத் தாங்க வேண்டும்.

இப்பொழுது விவாகரத்திற்கு வருவோம். சட்டம் நம் பக்கம். இதில் ஒத்து வரவில்லை என்ற ஒரு சாதாரண காரணத்திற்காக விவாகரத்துப் புரிய நம் சட்டம் பொதுவாக இடம் கொடுப்பதில்லை. அதனால் அவன் குடிக்கிறான், துன்புறுத்துகிறான், எனப் பொய் சொல்லி அவனை விவாகரத்து செய்வது.

விவாகரத்தில் பெரும்பாலும் குழந்தைகளைத் தன்னுடனே வைத்துக்கொள்வது. அது போகட்டும். அவர்களின் வளர்ப்பிற்கும் தன் வாழ்விற்கும் அவனே ஜீவனாம்சம் தர வேண்டும். ஏன் நமக்குக் கை கால் இல்லையா? உழைத்து நம்மையும், குழந்தைகளையும் வளர்க்க முடியாதா? உட்கார்ந்த இடத்தில் வசதி வேண்டும். எனக்கு வேண்டாம் எனத் தள்ளிவிட்டு அவனையே எதிர்பார்த்து வாழ்வது ஒரு வாழ்வா?

நமக்கென பிள்ளைகள் இருக்க, அவன் யாருமில்லாமல் அனாதையாக இருக்க முடியாமல் வேறு திருமணம் புரிந்தால், அவன் அந்தக் குடும்பத்தைப் பார்ப்பானா ஜீவனாம்சம் எனப் பெருந்தொகையாய்க் கொடுத்துவிட்டுப் பட்டினி கிடப்பானா?

இதில் குழந்தைகளைப் பிரித்து வந்தது போதா தென்று அவனைப் பற்றி இல்லாததும் பொல்லாததும் சொல்லி பிள்ளைகள் மனதில் விஷமேற்றி அவனைக் காலத்திற்கும் அவர்கள் நினைக்காமல் செய்வது எதில் சேர்த்தி?

கணவன் சரி இல்லையெனில் பெற்றவர் நம்மை மறுபடியும் தாங்க வேண்டும், நம் பிள்ளைகளுடன். இது எதில் சேர்த்தி?

தன்னம்பிக்கை, சுயமரியாதை எதுவும் கிடையாது. இந்தச் சமுதாயமே பாவம் பெண்ணிவள் என நமக்காக இறங்க வேண்டும். ஆனால் பெண்ணியம் பேசுவோம்.

கணவனுடன் வாழ விருப்பமில்லாவிட்டாலும் அவனால் கிடைக்கும் வசதிகளுக்காக அவனுடன் வாழ்ந்துகொண்டு அவனைத் தினமும் நிம்மதி இல்லாமல் தவிக்கவிடும் பெண்கள் எத்தனை?

நான் உடல் தெரிய ஆடை அணிவேன். ஆனால், யாரும் என்னைப் பார்க்கக் கூடாது என நினைப்பது எதில் சேர்த்தி? அணிவதே பார்ப்பதற்குத்தான் என்ற மன ஒப்புதல்கூட இல்லை எனில் என்ன பெண்ணியம் வேண்டி இருக்கிறது?

ஒருவனுடன் உடன்பட்டு படுத்துவிட்டு நாளை அவன் திருமணம் புரியவில்லை எனில் அவன் என்னை ஏமாற்றிவிட்டான் எனக் கூச்சல் போடுவது எதில் சேர்த்தி? படுத்தவனுடன்தான் வாழ்வேன் என்ற கற்புக்கரசியாக இருந்தால், திருமணத்திற்கு முன் படுக்க ஏன் இடம் கொடுக்க வேண்டும்? நமக்கும் தேவைப்பட்டுச் செய்த காரியத்திற்கு அவனை மட்டும் குற்றவாளி ஆக்குவது எதில் சேர்த்தி?

கணவனுடன் படுத்துவிட்டு அதை இருவரின் சுகம் என எண்ணாமல், ஏதோ அவனுக்காகத் தியாகம் செய்துவிட்டுக் கொடுத்துப் போவது போலவும், அவனுக்கு ஏதோ உதவி செய்தது போலவும் நமக்கு

அதில் எதுவுமே கிடைக்காதது போலவும் பேசுவது எதில் சேர்த்தி?

இன்னும் ஆயிரம் அடுக்கலாம். இதில் ஏதாவது ஒன்றை நாம் செய்துகொண்டிருந்தால்கூட சமத்துவம் பேசும் உரிமை நமக்கில்லை. பெண்ணியம் பேசும் அருகதை நமக்கில்லை.

படித்து வேலையில் இருப்பவர் நீங்கள் பேசலாம்; இது எல்லா பெண்ணிற்கும் சாத்தியமில்லை என்று கண்டிப்பாக உங்களில் சிலர் நினைப்பீர்கள்.

நான் ஒரு கதை சொல்கிறேன். என் வீட்டில் கௌரி என்றொரு பெண்மணி வேலை செய்துகொண்டிருந்தார். அவருக்கு ஐந்து பெண் குழந்தைகள். நன்றாகக் கவனியுங்கள் ஐந்து பெண் குழந்தைகள். கணவனுடன் கிராமத்தில் குடித்தனம். குடி, அடி என்று வாழ்வு. ஐந்தாவது பெண் கைக்குழந்தையாக இருக்கையில் இனி இவனுடன் வாழ்வது தனக்கும் தன் குழந்தைகளுக்கும் சரி வராது என முடிவெடுத்தார்.

பிள்ளைகளை அழைத்துக்கொண்டு சென்னை வந்தார் அவனை விட்டுவிட்டு. தாய் வீடு இங்கேதான். ஆனால் அங்கு செல்லவில்லை. தாய் வீட்டின் அருகில் ஒரு வீடு எடுத்தார். அருகில் இருக்கும் ஒரு அரசினர் பள்ளியில் கைக்குழந்தையைத் தவிர எல்லோரையும் சேர்த்தார். வீட்டு வேலை நான்கு வீடுகளில் செய்தார். வேலைக்குச் செல்லும் நேரம் மட்டும் தன் குழந்தையைத் தாயிடம் விட்டு வருவார்.

இன்று ஐந்து பெண்களுக்கும் திருமணம் செய்து விட்டார். இன்னும் தனக்கான செலவிற்கு தானே உழைத்துச் சாப்பிடுகிறார். இவர் பெண்ணியம் பேசலாம். ஆனால் அவருக்கு அப்படி என்றால் என்னவென்றுகூட தெரியாது. இங்கு முடியாதது என்பது ஒன்றுமில்லை. நம் வசதிக்குச் சொல்லிக்கொள்ளும் சமாதானம். சப்பைக்கட்டு.

வெளியில் பெண் சுதந்திரத்திற்குக் குரல் கொடுத்து வீட்டில், என்னடி சமையல் செஞ்சிருக்க எனத் தட்டை விட்டெரியும் ஆணைவிட மோசம், வெளியில் பெண்ணியம் பேசித் தன் வாழ்வின் வசதிக்காக ஆணின் பின்னால் ஒளிந்து கொள்பவர்கள். பெண் என்பதால் கிடைக்கும் சலுகைக்காகச் சுயம் இழந்து வாழ்பவர்கள்.

அதற்கு வாயை மூடிக்கொண்டு கிடைத்த வாழ்வை அழகாக நம் சமூகத்தில் எதிர்பார்க்கும் ஒரு பெண்ணாக வாழ்ந்துவிட்டுப் போகலாம். தவறொன்று மில்லை.

குழந்தைகள் மீதான பாலியல் வன்முறையில் பெற்றோரின் பங்கு!

ஒருநாள்கூட நகர்வதில்லை எங்காவது ஒரு பாலியல் வன்முறையாவது நடந்த செய்தி கண்ணில் படாமலோ, காதில் கேட்காமலோ! இதில் கொடுமையிலும் கொடுமை குழந்தைகள் மீதான பாலியல் வன்முறைகள். கேட்டவுடன் கொதித்தெழுகிறோம் அனைவரும். கடுமையான தண்டனைகள் இல்லை, அதனால்தான் இப்படி என அங்கலாய்க்கிறோம். உடனடித் தீர்வாகக் கடுமையான தண்டைகள் சரியே என்றாலும், இப்படிப்பட்ட வக்கிர செயல்கள் நடப்பதற்கு யார் முக்கிய பொறுப்பு? நாம்தான், செய்தி கேட்டதும் கொதித்தெழும் நாம்தான், தனி மனிதர்களாகவும், மொத்த சமூகமாகவும் நாமே காரணம். இங்குக் காம உணர்வுகளுக்கான சரியான வடிகால்களுமில்லை, இதற்கானப் புரிதலும் இல்லை, அதைப் பற்றி யாரும் கண்டுகொள்வதுமில்லை. ஆணை ஆதிக்கவாதியாகவும், பெண்ணை இரண்டாம் தர பிரஜையாகவும் வளர்ப்பது ஒவ்வொரு பெற்றோரின் தவறே! காமம்பற்றி 12/13 வயதில் புரிதலை ஏற்படுத்தாததும் பெற்றோர்களின் தவறே! குழந்தைகளின் மீதான பாலியல் தொந்தரவு பொதுவாக நம் குடும்பத்திற்கு நெருக்கமான மனிதர்களால்தான் அதிகமாக நடப்பதாக ஆய்வுகள்

சொல்கின்றன. அப்படியெனில் இப்படி நடப்பதற்கான சூழ்நிலைகளை உருவாக்குவதும் பெற்றோரின் தவறே!

ஆம், குடும்ப வெளியைத் தாண்டி ஒரு குழந்தை விளையாடிக் கொண்டிருக்கும்போதோ, இல்லை ஒரு பெண் தனியாக வெளியில் சென்றிருக்கும்போதோ, எதிர்பாராத வேளைகளில் இப்படிப்பட்ட வன்முறைகள் நடப்பதுண்டுதான். ஆனால், அவை விபத்துகள் எனக் கொள்ளலாம். ஏனெனில் சமுதாய மாற்றங்கள் ஒவ்வொரு தனிமனிதரும் மாறமாறத்தான் ஏற்படும். ஒட்டுமொத்த சமுதாயமும் ஒரே நாளில் சட்டென மாறிவிடாது.

ஆனால் பெற்றோராக நாம் விபத்துகளைத் தவிர்க்க முடியாவிட்டாலும், நமக்கு அருகிலேயே நல்ல மனிதர்களாக வேடம் போட்டுத் திரியும் மனிதர்களிடமிருந்து குழந்தைகளுக்கு பாதிப்புகள் ஏற்படாமல் தடுக்க வேண்டிய கடமையுள்ளது. பதின்ம வயது குழந்தைகளை ஏமாற்றுக்காரர்களிடமிருந்து தள்ளி வைக்கும் பொறுப்பும் நமக்குள்ளது.

காலம் கெட்டுவிட்டது, என் குழந்தைகளை, என் பதின்ம வயது மகளை எப்படிப் பாதுகாப்பேன் எனப் புலம்புவது தீர்வாகாது. இந்தச் சமூகத்தில் தவறான பாதிப்புகள் ஏற்படாமல் அவர்கள் வாழ்வதற்கான திறைமையையும், சூழ்நிலையையும் நம்மைவிட்டால் வேறு யார் ஏற்படுத்திக் கொடுக்க இயலும். சிந்திப் போமா?

உதாரணத்திற்கு ஒரு வயதில் நமக்கொரு குழந்தை இருக்கிறது எனக் கொள்வோம். நமக்கு நெருங்கிய நண்பரோ, உறவினரோ வீட்டிற்கு வருகிறார். குழந்தையைத் தூக்குகிறார். அது அத்தனை நேரம் நம்முடன் இருந்திருக்கலாம், இல்லை அது பாட்டுக்கு அமர்ந்தோ, தவழ்ந்தோ விளையாடிக் கொண்டிருந்திருக்கலாம். அவர் அதைத் தூக்கியதும், நம்மில் எத்தனை பேர் வந்தவரிடம் “அது அழுகிறது,

அதைத் தூக்காதீர்கள்" எனச் சொல்வோம்? மாறாக நாம் சொல்வது பெரும்பாலும் குழந்தையிடம்தான், "அழக்கூடாதுமா, நம்ம மாமாடா, நம்ம அங்கிள்டா, தாத்தாடா" என எதையாவது அதனிடம் சொல்லி சமாதானப்படுத்த முயல்வோமேயன்றி, அதற்குப் பிடிக்காத விஷயத்தைத் திணிக்கிறோமே அதனால் அதன் உணர்வுகள் எப்படிப் பாதிக்கப்படும் என்ற அடிப்படைச் சிந்தனைகூட நமக்கெல்லாம் இல்லை!

குழந்தைகள் ஓரளவு வளர்ந்து நம் செயற்கை முறை வாழ்க்கையைக் கற்றுக்கொள்ளும்வரை, தன் உள்ளுணர்வைக் கொண்டு வாழ்பவை! பேசத் தெரியாமல் வாழும் அந்த நாட்களில் தன் உள்ளுணர் வால் மட்டுமே, தனக்கு வேண்டியதையோ, வேண்டாததையோ முடிவுசெய்கிறது. நம் கையில் இருக்கையில் பாதுகாப்பாக, மகிழ்ச்சியாக இருக்கும் குழந்தை, வேறொருவர் தூக்க அழுகிறதென்றால் அவரிடம் அதற்கு ஏதோ ஒரு ஒவ்வாமை இருப்ப தாலேயே அழுகிறது. அந்த உணர்வை நாம் அலட்சியம் செய்து அது அழுவதை சட்டை செய்யாமல், அவரிடம் திணிக்கப்படும்பொழுதில் அந்தக் குழந்தை நம் மீது வைத்திருக்கும் நம்பிக்கையை நாம் உடைக்கிறோம். நாம் அழுது பிடிக்கவில்லை எனக் காட்டினால், அவரிடமிருந்து தன்னை விடுவித்துவிடுவார் அம்மா (அப்பா யாரோ ஒருவர் அதற்கு நெருக்கமானவர்) என்ற அதன் அசையா நம்பிக்கை தூள்தூளாகிறது. இதுவே நாளைடைவில் அது வளரவளர அதற்கு எதிர்மறையான ஒரு புரிதலை ஏற்படுத்துகிறது. அதாவது தன்னைவிட தன் பெற்றோருக்கு வீட்டிற்கு வந்திருக்கும் நபர் முக்கியம் எனத் தோன்ற ஆரம்பிக்கிறது. அந்த நம்பிக்கை குறைவாலேயே, 90% குழந்தைகள் தனக்கு நடக்கும் பாலியல் தொல்லைகளை, ஒவ்வாத செயல்களைத் தன் பெற்றோர்களிடம் வந்து சொல்வதில்லை! ஒரு குழந்தை சாதாரணமாக விளையாடும் போது அடிபட்டால் பெற்றோரிடம் அழுதுகொண்டு ஓடிவருவதுதானே

இயற்கை? ஏன் பாலியல் தொந்திரவுகள் மட்டும் பெற்றோரிடம் சொல்லப்படுவதில்லை என யாராவது சிந்திக்கிறோமா? குழந்தையின் சொல்லை நாம் நம்ப மாட்டோம் என அவற்றிற்குத் தோன்றிவிடுவதே காரணம்.

இந்த குட் டச், பேட் டச் எல்லாம் சொல்லித்தர வேண்டிய அவசியமேயில்லை. குழந்தைகள் இவற்றை உணரும் தன்மையுடன்தான் இருக்கின்றன. சில மாமாக்கள், தாத்தாக்கள் (உறவு முறையில் சொல்ல வில்லை. ஏதோ ஒரு விதத்தில் கூப்பிடும் முறை) பிடித்து இழுக்கும்போது அவர் பிடியில் சிக்க விருப்பமில்லாமல் நெளியும் பெண் குழந்தைகளை நாமெல்லாம் கண்டதில்லையா? தெரிந்தும், ஆசையாதானே கூப்பிடறார், போ போய்ப் பேசு எனச் சொல்லும் பெற்றோரையும் நான் கண்டிருக்கிறேன். நாம் அந்தப் பெரியவரைத் தவறாகத்தான் நினைக்க வேண்டும் என்ற அவசியமில்லை. ஏன், அவர் நல்லவராகவேகூட இருந்துவிட்டுப் போகட்டும். ஆனால், ஏதோ அந்தக் குழந்தைக்கு அவரிடம் செல்வது சௌகரியமாக இல்லை. ஏன் வற்புறுத்தி அனுப்ப வேண்டும்? யாரின் உணர்வுகள் நமக்கு முக்கியம்? நம்மை நம்பி, நமக்குப் பிறந்து, நம்மை அண்டியிருக்கும் நம் குழந்தையா? அல்லது அவ்வப்போது குசலம் விசாரிக்க வரும் அந்தப் பெரியவரா? நாம்தான் சிந்திக்க வேண்டும். என் குழந்தைக்கு முளையிலேயே பிடிக்கவில்லையெனில் வற்புறுத்தாதீர்கள் என நாம் சொல்லிவிட்டால், மேலும்மேலும் அந்தக் குழந்தை யாருக்கும் தெரியாமல் படும் அவஸ்தையை நம்மால் தவிர்க்க முடியும். அதுதான் நம் கடமை, அன்பு எல்லாம்.

இப்பொழுது பதின்ம வயதில் இருக்கும் குழந்தை களைப் பற்றிப்பேசுவோம்.

தொப்புள்கொடி அறுபட்டதிலிருந்து நம் குழந்தை கள் தனி மனிதர்கள் என்பதை உணர வேண்டும்.

பெற்றோர் என்ற ஒரே காரணத்தினால் நாம் கையில் எப்பொழுதும் ஒரு தடியை வைத்துக்கொண்டு சுற்றுவது சரியில்லை. அவர்களை நம்முடன் வாழும் இன்னொரு தனி மனிதராக நட்புடன் வளர்க்க கற்க வேண்டும். நாம்தான் அவர்களின் நெருக்கமான தோழியாக தோழனாக இருக்க வேண்டும். இது மட்டுமே அவர்கள் சரியான பாதையில் பயணிக்க வைக்கும் யுக்தியாகும்.

12/13 வயதினில் காம உணர்வுகள் உடல் மாற்றத்தில் இயற்கையாக ஏற்படும். இயற்கைக்கு மாறான எந்த சக்தியையும் நம்மால் உருவாக்க இயலாது. அதை நினைவில் கொண்டு அந்த வயதிலிருந்தே காமம்பற்றிய விழிப்புணர்வை அவர்களுக்கு ஏற்படுத்துவது நம் தலையாய கடமையாகும். அது பேசக்கூடாத விஷயமில்லை. நிறையப் புரிதல் வர வேண்டிய விஷயம். அதை நாமே சாதாரண பொருளாக அவர்களிடம் கதைக்க ஆரம்பித்துவிட்டால் அவர்களுக்கும் நம்மிடம் அதுபற்றி விவாதிக்க, குழப்பங்களைத் தீர்த்துக் கொள்ள வசதியாக இருக்கும். இன்றிருக்கும் உலகில் நம்மால் எதையும் அவர்களிடமிருந்து மறைத்து வைக்க இயலாது. மாறாக நாம் பேசாமல் இருந்தால், அவர்கள் தவறான கண்ணோட்டத்தில் அவற்றைக் கற்றுக்கொள்ளும் அபாயமே அதிகம்.

ஒரு நண்பராக தினம் நம் அலுவலகத்திலோ, இல்லை அன்றாட வாழ்வில் நடப்பதையோ அவர்களிடம் பகிரும் பழக்கத்தையும், அப்படியே அவர்கள் வாழ்வில் நடப்பதை அன்றாடம் நம்மிடம் பகிரும் வழக்கத்தையும் கொண்டுவரலாம். இந்த வயதில் காமத்தில் நாட்டம் கொண்டால் எந்த மாதிரி பிரச்சினைகள் ஏற்படும் என்பதை அறிவுரையாக இல்லாமல் உதாரணங்களாகக் காட்டலாம்.

சிறு வயதிலிருந்து இருபாலாரும் சேர்ந்து படிக்கும் பள்ளியில் (தனித்தனியாக அமர வைக்கும் பள்ளிகளைத் தவிர்க்கவும்) படிக்க வைப்பதால்

இயற்கையான சிநேக உணர்வுடன் மற்ற பாலாருடன் பழகும் தன்மையை ஏற்படுத்தலாம். கிடைக்காத, நெருங்க முடியாத விஷயங்களில் தான் தேவையில்லாத ஈர்ப்புகள் ஏற்படும். சேர்ந்து படித்து, சேர்ந்து விளையாடுகையில் மற்ற பாலார் தனியாகப் பெரிதாக உடலால் ஈர்க்கப்பட மாட்டார்கள்.

ஒரு தோழியாக / தோழனாக அப்படியே யார் மேலும் எதுவும் ஈர்ப்பிருந்தாலும், அதை இருவருக்கும் பாதிப்பில்லாமல் எப்படிக் கையாள்வது எனப் புரியவைக்கலாம். இப்படி வளர்க்கப்படும் பிள்ளைகள் யாருடனாவது வேறு எண்ணத்துடன் பழக ஆரம்பிக்கும்பொழுதோ நம்மிடம் அதைப் பற்றிக் கூறிவிடவோ, இல்லை ஆலோசனை பெறவோ தயங்க மாட்டார்கள்.

ஆண் குழந்தைகளை, பெண்களை மதித்து வாழக் கற்றுக் கொடுக்க வேண்டும். இதுவும் நம் குடும்பத்திலிருந்துதான் ஆரம்பிக்க வேண்டும். தன் அம்மாவையும், மனைவியையும், சகோதரிகளையும், மகளையும் மதித்து வாழும் ஒரு அப்பா இருக்கும் வீட்டில் எந்த ஒரு ஆண்பிள்ளையும் இன்னொரு பெண்ணை மதிக்காமல் இருக்க மாட்டான்.

தன் சுயமரியாதையை எந்தச் சூழ்நிலையிலும் இழக்கத் தயாரில்லாத ஒரு அம்மா இருக்கும் வீட்டிலும் ஒரு ஆண்பிள்ளை பெண்களை மதித்தே வளர்வான்.

மொத்தத்தில் இந்தச் சமூகம் ஒரே நாளில் ஒட்டுமொத்தமாக மாறாது. ஒவ்வொரு தனிமனிதரும் மாற்றத்திற்கான பாதையில் அடி எடுத்து வைக்கத் தொடங்கினாலே நாளைய தலைமுறை இங்கு நிம்மதியாக வாழ இயலும்.

உலகம் புரியும்வரையில் பெற்றோர்கள் தன் குழந்தையை விட வேறு யாரும் தங்களுக்கு முக்கிய மில்லை என்பதைச் சொற்களாலும், செயலாலும்

வாழ்ந்து காட்டினால், அவர்களுக்கு ஏற்படும் முதல் பாதிப்பிலேயே நாம் அதைக் கண்டுபிடித்து, முளையிலேயே கிள்ளிவிடலாம்.

எவ்வளவு வேலைப் பளு இருந்தாலும், அவர்கள் முகத்திலோ, செயலிலோ ஏதாவது மாற்றங்கள் ஏற்பட்டால், அதை நாம் உணரும் அளவிற்கு அக்கறை செலுத்துவோம். எதுவாக இருந்தாலும் மென்மையாக, தவறிழைப்பது மனித சுபாவம்தான், கொலைக் குற்றமல்ல என்பதை நாமும் உணர்ந்து, அவர்களுக்கும் உணர்த்துவோம். அவர்களுடன் கைகோர்த்து அவர்கள் பிரச்சினைகளைச் சந்தித்துத் தீர்வு காண்போம்.

பள்ளிப் பருவம் முடிவதற்குள் அவர்கள் வாழ்வை அவர்கள் சுயசிந்தனையுடன், சுயசார்பாக வாழக் கற்றுக் கொடுத்துவிட்டால், அவர்களும் தன்னம்பிக்கையுடன் வாழ்வார்கள், நாமும் ஓரளவு நிம்மதியாகச் சுதந்திரமாக நம் வாழ்வை வாழலாம்.

நம் நம்பிக்கைக்குத் தக்க அவர்கள் வாழ வேண்டும் என்றால், அவர்களுக்கும் நாம் நம்பிக்கைக்கு உகந்தவர்களாக வாழ வேண்டும் என்ற உண்மையைப் புரிந்து செயல் படுவோம்.

மனிதராய் வாழ்வோம்

உலகம் என்பது ஒன்று, உலகம் பறந்து விரிந்து இருப்பதினால் உலகின் பல மூலைகளில் மக்களும் விரிந்து இருக்கிறோம். அவரவர்கள் இருக்கும் தட்பவெட்ப நிலைக்கேற்ப, பழக்க வழக்கங்களுக்கு ஏற்ப, உணவு, மொழி, உடை மாறுகின்றன. இது நம் உலகம், அனைவரும் நம் மக்கள்.

பள்ளியில் ஒரு பிரிவில் இத்தனை மாணவர்கள் இருந்தால் மட்டுமே ஆசிரியரால் ஒவ்வொரு மாணவனையும் கவனித்துப் பாடம் நடத்த ஏதுவாக இருக்கும் என்பதினால்தான், ஒரு வகுப்பைப் பல பிரிவுகளாகப் பிரித்து ஒவ்வொரு பிரிவிற்கும் தனித்தனி ஆசிரியரை நியமிக்கிறோம்.

அதுபோலத்தான் நாடுகளும் மாநிலங்களும். ஆனால் பதவி வெறியும், மண்ணாசையும், பொருளாசையும் மனிதனை மதி இழக்கச் செய்து, நம் உலகம் என்பது மறக்கடித்து, நம் நாடு என உருவெடுத்து, எங்கள் மாநிலம் எனப் பேசவைத்து, கறுப்பன், சிகப்பன் எனவும், மொழி என்பது மனிதர்களிடையே எண்ணங்களைப் பகிர்ந்துகொள்ள உதவும் ஒரு ஆயுதமே என்ற உண்மை மறந்து, தமிழன், தெலுங்கன் எனப் பிரித்து, இன்று மனிதனின் நல் வாழ்வுக்காக ஏற்படுத்தப்பட்ட இடமும் மொழியும் தொழிலும் பணமும் மதமும் மனிதனை மேன்மேலும் விலகச்செய்து, விரோதத்தை விளைவித்து, மாநிலங்களும் மொழியின் பெயரால், இன்னும் சிறிது சிறிதாகச் சிதறிச் சிதறிச் சிதறிச் சிதறி மனிதா நில்! நீ எந்த மொழியில் பேசினால் என்ன? எந்த இடத்தில்

லதா ● 141

வாழ்ந்தால் என்ன? எந்த நிறத்தில் இருந்தால் என்ன? எல்லோரும் பிறந்தது இந்த உலகமென்ற ஒரு தாயின் மடியில்!

நம் எல்லோருக்குமாக உதிப்பது பகலில் ஒரு சூரியன், இரவில் ஒரு சந்திரன்! இனிமையாகக் காதில் விழும் குயிலின் குரல் நம் எல்லோருக்கும் ஒன்றாகவே கேட்கிறது! நாம் காலையில் எழுந்து பல் தேய்க்க உதவும் பொருளிலிருந்து, இரவு உறங்கச் செல்லும் பாய்வரை, நமக்காக ஏதோ ஒரு மனிதனோ அல்லது பல மனிதர்களோ உற்பத்தி செய்தது! ஒவ்வொரு உயிரும், ஏன் ஒரு புல்கூட இந்த உலகின் ஒருமித்த நன்மைக்காகவே படைக்கப்பட்டது! நாம் பிறந்ததிலிருந்து நமக்கென்று ஒரு வாழ்க்கை உள்ளது, அதைத் தட்டி யாரும் பறிக்க முடியாது, நாம் பறிக்கவும் நினைக்க வேண்டாம் மற்றவர் வாழ்க்கை!

போரில் கொன்றாலும் வீட்டில் கொன்றாலும், கொலை கொலையே! மொழிகளும், எல்லைகளும் மனிதனை வாழ வைக்க வந்தவை. அவற்றை முன் வைத்து மனிதனை வீழ்த்துவதும், விலக்குவதும், விலகுவதும் வீரமா? தர்மமா? மனிதனாய் வாழ்ந்து பார்! அந்தக் கம்பீரம் உணர்த்தும் வீரம் என்னவென்று!

பெண்மைகொண்ட ஆணும் ஆண்மைகொண்ட பெண்ணும்

தாய்மை, தந்தைமை, பெண்மை, ஆண்மை, இவையெல்லாம் குணம் சார்ந்தது. பெண்ணிற்கான இலக்கணங்களோ, ஆணிற்கான இலக்கணங்களோ இல்லை! மனிதம் என்பது எப்படி ஒருவர் குணத்தைப் பிரதிபலிக்கிறதோ அப்படித்தான் இவையும். மனித உருவத்திலிருக்கும் அத்தனை பேரிடமும் மனிதம் இருக்கிறதா என்ன? கோபம் கொண்டு எப்பொழுதும் கத்திக்கொண்டிருக்கும் மனிதரை நாய்குணம் கொண்டவர் என்று சொல்கிறோம். அத்தனை நாய்களும் குரைத்து, கடித்துக் கொண்டா இருக்கின்றன? வாலை ஆட்டிக் கொண்டு, நாம் போடும் ஒரு பிஸ்கட் துண்டைச் சாப்பிட்டு நம்மை அன்புடன் பார்க்கும் தெரு நாய்கள் கூடத்தான் இருக்கின்றன!

இங்கு குணங்களுக்கு வைக்கப்படும் பெயர் களினால் தான் பல குழப்பங்கள். ஒவ்வொரு மனிதனும் ஆண்மையும் பெண்மையும் சேர்ந்த ஒரு கலவைதான். அதுதான் இயற்கையும் கூட. சதவிகிதங்கள் மாறுபடலாம். இந்தச் சதவிகித மாற்றம் என்பதுகூட சில குணங்களைப் பெண்ணிற்கானதாகவும், சில குணங்களை ஆணிற்கானதாகவும் உருவகித்து ஆண்மை, பெண்மை எனப் பிரித்து வைத்த கோளாறி னாலேதான் கணக்கிடப்படுகிறது!

லதா • 143

ஒன்றுமில்லாததிற்கெல்லாம் குழந்தைகளை அடிக்கும் அம்மாக்களும் இருக்கிறார்கள், அப்பாக்களும் இருக்கிறார்கள்! குழந்தைகள் கண்ணில் நீர் வந்தாலே தாங்காத அம்மாக்களும் இருக்கிறார்கள், அப்பாக்களும் இருக்கிறார்கள்! இதில் ஆண் குணம் எது? பெண் குணம் எது? இது ஒரு தனிப்பட்ட நபரின் குணம்!

வண்டியில் செல்கையில் யாராவது கவனிக்காமல் இடித்துச் சென்றால், நின்று சண்டை போடும் பெண்கள் இருக்கிறார்கள், ஆண்களும் இருக்கிறார்கள். எதற்குத் தேவை இல்லாத பிரச்சினை என்று ஒதுங்கி விலகிப்போகும் பெண்களும் உண்டு, ஆண்களும் உண்டு. இதுவும் ஒரு தனிப்பட்ட நபரின் குணம். ஆனால் நாம் என்ன சொல்லுவோம்? ஆம்பள மாதிரி தெருவுல நின்னு சண்ட போடறா பார்; பொம்பள மாதிரி பயந்துட்டு வர்றான் பார். இது நாம் வகுத்திருக்கும் இயற்கைக்குப் புறம்பான இலக்கணங்களின் கோளாறு!

மென்மையாக இருக்கும் ஆணை – பொம்பளை மாதிரி என்று கேலி செய்வதும், நின்று போராடும் பெண்ணை – ஆம்பள மாதிரி ஆடறா பார் எனச் சொல்வதும் நம் வழக்கத்தில் ஊறிப்போன ஒன்று. இயற்கை ஒவ்வொருவரையும் ஒவ்வொரு மாதிரி படைத்திருக்கிறது! அதை அப்படியே ஏற்றுக்கொள்ளும் தைரியம் நம்மிடம் இல்லை!

மென்மையாக இருந்தாலும் உயிர்விந்து அவன் உடலிலிருந்துதான் வரும், போராட்டக் குணம் இருந்தாலும் கருவைத் தாங்கி குழந்தைபெறுவது அவள்தான். ஆண், பெண் என்ற பேதம் உடலுக்கு மட்டுமே! உள்ளத்தில் பேதமிருப்பதாக நம்ப வைப்பது நம் முட்டாள்களின் கூட்டமே!

மூளைச்சலவை கொண்ட நாம் இந்த இலக்கணங்களுக்குள் நம் இயற்கை தாண்டி நம்மைப் புகுத்தி 'ஆண்மை'யுடன் வாழ ஆண்களும்,

'பெண்மை'யுடன் வாழ பெண்களும் போராடியே வாழ்வு தொலைக்கிறோம்.

அம்மா என்றால் தியாகச் சின்னம். பாவம் எத்தனை கனவுகளை நசுக்கி மனம் புழுங்கி இந்தப் பட்டத்தைத் தக்க வைக்கப் போராடுகிறார்கள் நம் பெண்கள்?

அப்பா என்றால் குழந்தைகளின், குடும்பத்தின் பொருளாதாரத் தேவை அத்தனையையும் பூர்த்தி செய்ய வேண்டும். அது அடிப்படைத் தேவையாக இல்லாமல் ஆடம்பரத் தேவையாக இருந்தாலும். இந்த இலக்கணத்தைப் பூர்த்தி செய்ய அவன் தனக்கென ஆசையே இல்லாமல் அடக்கி வாழ்கிறான்.

ஒரு பெண்ணிற்கு நகை மேல் நாட்டமே இல்லாமல்கூட இருக்கலாம். ஆனால் அவள் ஏழையாக இருப்பின் அவள் நாட்டமின்மையைக்கூட நம்ப மறுக்கிறது நம் சமூகம். இல்லாத கொடுமைக்கு இப்படிச் சமாதானம் என்றே கேலி செய்கிறது! ஏனெனில் நம் இலக்கணத்தில் நகைக்கும் உடைக்கும் ஆசைப் படாதவள் பெண்ணே இல்லை! அவள் ஆசைப்படுவதை வாங்கிக்கொடுக்க இயலாதவன் ஆணே இல்லை!

இயற்கையில் எதுவும் தவறில்லை! நம் இலக்கணங்களின் கோளாறே எல்லாம்!

வெட்கப்பட வேண்டியதா வளர்ச்சி?

பெண்ணின் வளர்ச்சி ஒவ்வொன்றுமே அவளுக்கு எதிராகத் திருப்பப்பட்டு அவளைக் கூனிக்குறுக வைத்திருக்கிறது ஆண்டாண்டு காலமாக நம் சமூகம்.

எட்டிப் பார்க்கும் ஆணின் அரும்பு மீசை அவன் வளர்ச்சியின் பெருமைக்குரிய அடையாளமாகக் கருதப்படும்.

அவள் வளர்ச்சியின் அடையாளங்கள் லஜ்ஜைப் பட வேண்டியவைகளாகின்றன.

வளரும் மகன் பெருமைக்குரியவன், வளரும் மகளோ அச்சத்திற்குரியவள்.

வளரும் மகன் எதிர்கால நம்பிக்கை நட்சத்திரம்.

வளரும் மகள் எதிர்கால கவலைகளின் இருப்பிடம்.

எல்லாவற்றிற்கும் மேலாக, மாதவிடாய் ஏதோ அவள் வேண்டுமென்று தவறு செய்து அதன் பலனைப் பாவமாகச் சுமப்பதுபோல் ஒரு பெண்ணைக் கூனிகுறுகச் செய்யும் நம் சமுதாயத்தின் மேல் (மன்னிக்கவும் இந்த வார்த்தைகளுக்கு) காறி உமிழத் தான் தோன்றுகிறது.

சுயமரியாதை கொள்ள வாய்ப்பே இல்லாமல் குட்டிக்குட்டியே ஒடுங்கச் செய்திருக்கிறது. இந்த

உணர்வு வேர்விட்டுப் பல நூற்றாண்டுகளாக வெகு ஆழமாகவும், பரந்தும் விரிந்தும் கிடக்கிறது.

இன்று படித்து, உயர் பதவி வகிக்கும் பெண்கள் கூட குடும்பத்தைத் தான் கவனிக்கப் போதுமான நேரம் ஒதுக்கவில்லையென்ற குற்ற உணர்வுடன் தவிப்பதற்கும், அவள் குற்ற உணர்வு கொள்ள வேண்டியவளே என்று வலியுறுத்துவதுபோல் நடந்துகொள்ளும் ஆண்களும், ஏன் மற்ற பெண்களும்கூட இப்படிப்பட்ட ஒரு கேடுகெட்ட சமுதாயத்தின் விளைவுகளே!

தனிமனிதச் சிந்தனை

தன் சிந்தனையால், செயலால் கூட்ட மனப்பான்மையில் இருந்து வெளிவந்து சுயம் இழக்காமல் ஒவ்வொரு மனிதனுக்கும் கொடுக்கப்பட்டிருக்கும் வாழ்நாளைத் தனக்குப் பிடித்தார்போல், அடுத்தவர்க்குக் கெடுதல் செய்யாமல் வாழும் வாழ்வையே ஒரு சரியான வாழ்வாக நான் பார்க்கிறேன்.

நம் நாட்டில் நடக்கும், ஏன் குடும்பங்களில் நடக்கும் ஒவ்வொரு பிரச்சினைக்கும், சில வக்கிரங்களுக்கும் காரணமே சுயம் இழந்து வாழும், அதனால் மனிதம் இழந்து போகும் மனிதர்களால் ஏற்படுபவையே! இவை எல்லாவற்றிற்கும் மனம் சார்ந்த பிறழ்வுகளே காரணிகள். ஒவ்வொரு மனிதனும் தன்னை மகிழ்வாக, தன் சூழ்நிலையை நிம்மதியாக வைத்துக் கொள்ள முடியாதவரை, ஒரு சிலரே வாழும் குடும்பத்தில்கூட எளிமையான உறவுகளை வரவழைக்க முடியாது. வெளியில் கூட்டம் கூட்டமாக என்ன பெரிய மாற்றத்தைக் கொண்டுவந்துவிட முடியும்?

பெண்ணடிமைச் சிந்தனைகளும், சாதி மத வேறுபாடுகளும், ஏழை பணக்கார, அதிகார, அடிமை மனப்பான்மைகளும், மூடநம்பிக்கைகளும் இங்கு பல ஆண்டுகளாக மூளைச் சலவை செய்யப்பட்டு ரத்தத்தில் ஊறிப்போயிருக்கின்றன! இவற்றைக் களைவதென்பது தனிமனித மனதிலிருந்தே புறப்பட வேண்டும் என்பது என் ஆணித்தரமான நம்பிக்கை!

இந்த வேறுபாடுகள் நீடிக்கும்வரை எங்கும் ஒரு மாற்றமும் காண இயலாது. சமூக அமைப்புகளால், தன்மேல் ஒரு தவறுமில்லாமல் தண்டிக்கப்படுபவன், வெறி கொண்டால், தனிமனிதனாக இந்தச் சமூகத்தையே தண்டிப்பான். அதுதான் இங்கு நடக்கும் பல பிரச்சினைகளின் வேர். சமூக அமைப்புகள் மாற வேண்டுமானால், தனிமனித சிந்தனைத் தூண்டுதல்களே தேவை!

கூட்டமாக இங்கு எதையும் மாற்ற வேண்டுமானால் புரட்சி ஒன்று வெடித்தாலே ஒழிய அது சாத்தியமில்லை! இங்கு தனிமனித சிந்தனைகள் மாறும்வரை ஒரு சரியான புரட்சிக்கும் வழியில்லை! அரசியல் பேச இங்கு நிறைய மனிதர்கள் இருக்கிறார்கள். ஒட்டுமொத்தமாகக் கூட்டமாக யாரையும் மாற்ற முடியாது என்பது என் கருத்து.

ஒரு தலைவரைப் பற்றி ஒன்றும் அறியாமல்கூட ஒரு தனிமனிதன் தன் வாழ்வையும், சுற்றியிருப்பவர் வாழ்வையும் அழகாக்க முடியும் என்பதே என் கருத்து. தெரிந்து வைப்பது ஒரு உந்து சக்திக்குக் கண்டிப்பாகப் பயன்படும் என்பதில் ஐயமில்லை! ஆனால் ஒவ்வொரு மனிதனுக்குள்ளும் நல்லவைகள் பல கொட்டிக் கிடக்கின்றன. ‘மனிதனாக’ வாழ நினைப்பவர் ஒவ்வொருவரும் அவரவர் வாழ்வில் அவர் ‘ரமேஷ்’, ‘சுரேஷ்’, ‘சீதா’, ‘கீதா’வாக மிளிரலாம்.

இங்கு தலைவர்களாக உருவானவர்கள் அத்தனை பேரும் தன் தனிச்சிந்தனையில் வேரூன்றி நின்றவர்கள்தான். கூட்டத்துடன் கோவிந்தா போட்டவர்கள் இன்றுவரை அதைத்தான் செய்து கொண்டிருக்கிறார்கள் என்பதே உண்மை!

நான் படித்த ஒரு கதை நினைவிற்கு வருகிறது. ஒரு படகில் மெத்த படித்த ஒரு பண்டிதர் பயணம் செய்கிறார். அந்தப் படகோட்டியிடம் கீதை படித்திருக்கிறாயா எனக் கேட்க, அவன் அப்படினா

என்னங்கனு கேட்க, உன் வாழ்நாள்ல கால்வாசி தொலைத்துவிட்டாயே என அங்கலாய்க்கிறார். இப்படியே அவன் மகாபாரதம் படித்ததில்லை, ராமாயணம் தெரியாது என்றபோது அவர் அரைவாசி, முக்கால்வாசியென அவன் வாழ்நாளை வீணடித்தது குறித்து வருத்தம் கொள்கிறார்.

திடீரென படகினுள் கொஞ்சம் கொஞ்சமாகத் தண்ணீர் வரத் தொடங்குகிறது. படகினுள் ஒரு ஓட்டை ஏற்பட்டுவிட்டதும் அதன் வழியாகத்தான் தண்ணீர் உள்ளே வருகிறதெனவும் கண்டுவிட்ட படகோட்டி, படகு சிறிது நேரத்தில் மூழ்கிவிடும் என்பதை உணர்கிறான். அந்தப் பண்டிதரிடம் கேட்கிறான், "ஐயா உங்களுக்கு நீந்தத் தெரியுமா." அவர் சொல்கிறார் "தெரியாதேப்பா!" "ஐயோ, வாழ்வையே தொலைத்துவிட்டீரே ஐயா, படகு மூழ்கப் போகிறது" எனக் கூறிவிட்டு அவன் ஆற்றில் குதித்துவிட்டான், நீந்திக் கரையேற!

இப்படித்தான் நம் வாழ்வும். உலகில் நடப்ப தெல்லாவற்றையும் தெரிந்து வைப்பது நல்லதே! எனக்கும் நாலு தெரியும் என்பதற்காக. ஆனால், நம் வாழ்வை நாம் வாழ நமக்கென்ன தேவை என்பதே அதைவிட முக்கியம்.

இங்கு பெரும்பாலும் அறிவின் தெளிவையும், உலக ஞானத்தையும் சேர்த்துக் குழப்பிக்கொள்கிறோம்.

சூரியன் எழும் திசை கிழக்கு என்றும், மறையும் திசை மேற்கு என்றும் அறிந்து என்ன பயன்? எதிர்வீட்டில் இருக்கும் மனிதனைப் பார்த்து நான் ஒரு புன்னகையுடன் காலை வணக்கம் சொல்ல முடியாது இருக்கும்வரை?

மெனோபாஸ்

மெனோபாஸிற்குப் பிறகு பெண்களுக்குக் கலவியில் நாட்டம் போய்விடுகிறது என்ற கருத்து பொதுவாக நம் அனைவரிடமும் இருக்கிறது, அதுவும் நம் ஆண்களிடம் இந்தக் கருத்து மிகவும் அதிக அளவிலேயே இருக்கிறது.

ஒரு பெண்ணிற்கு உடல்ரீதியாக மெனோபாஸ் என்பது அது வருவதற்குச் சில மாதங்களோ, வருடங்களுக்கு முன்பிருந்தோ சில மாற்றங்களைக் கொண்டுவருகிறது. இது திடீர் மாற்றமல்ல. அவள் உணர்வுகளையும், தேவைகளையும் மதித்து வாழ்ந்திருந்தால் இந்த உடல்ரீதியான மாற்றங்களால் அவள் மனரீதியாகவும், அதன் மூலம் செயல்ரீதியாகவும் மாற்றங்கள் ஏற்படத் தொடங்குவதை, ஒரு கணவனாலோ, ஒரு காதலனாலோ சுலபமாகக் கண்டு பிடிக்க முடியும்.

ஆனால், நம் சமூகத்தில் அந்த அளவு இவற்றைப் பற்றிய புரிதல்களும் இல்லை. புரிய ஆர்வமும் இல்லா ஆண்களே அதிகம்.

மெனோபாஸிற்குப் பிறகு அவள் உடல், மன ரீதியான மாற்றங்களால் தூண்டப்பட சிறிது நேரம் அதிகமாகலாம், அவள் லூப்ரிகேட் செய்ய தாமதமாகலாம். ஆனால் ஒரு புரிதல் உள்ள ஆண், அவள் மனரீதியாக மாற்றம் கொள்ளும்போதே, அவள் நிலையைப் புரிந்து, அவளுக்கான அன்பையும், அரவணைப்பையும் அளித்து, அவள் எப்படி உணர்கிறாள் என்பதை மனம்விட்டுப் பேச வைத்து, இது இயற்கையான மாற்றம்தான், இதனால் நமக்குள் எந்த நெருக்கமும், புரிதலும் குறையாது என்று, உடலால் அவள் மெனோபாஸைத் தான் அனுபவிக்க முடியாவிட்டாலும் மனதால் தானும் அதை அனுபவிக்க

முற்பட்டு, அவளுக்கு இந்த நேரத்தில் உறுதுணையாக நிற்கும் பட்சத்தில் கலவி சுகம் என்பதை இருவருமே அழகாக அனுபவிக்கலாம். இன்னும் கூறப் போனால், வாழ்வின் பல பொறுப்புகளை முடித்துவிட்ட இந்தக் காலகட்டத்தில் தன்னால் இதற்கெல்லாம் பெரிதாக நேரம் ஒதுக்கி அனுபவிக்க இயலாத பெண்களுக்கு இந்த நேரம் விட்டுப்போன சுகங்களை நிம்மதியாக அனுபவிக்கத் தரப்படும் காலம் என்றுகூட கொள்ளலாம்.

ஆனால் நம் சமூக ஆண்களுக்கு அவளின் அந்த நேரத்து தடுமாற்றங்களை உணரவோ, புரியவோ, உடன் நிற்கவோ திராணியில்லை. அதனால் ஒட்டுமொத்தமாக மெனோபாஸிற்குப் பிறகு ஒரு பெண்ணிற்குக் காம உந்துதலே இருக்காது எனக் காலகாலமாகப் போதிக்கப்பட்டு, அந்த மூளைச் சலவையால் பெண்களும் அதை நம்பத் தொடங்கிவிட்டனர் என்பதே பரிதாபத்திற்குரிய விஷயம்.

உடல் ஆரோக்கியமும், மன ஆரோக்கியமும் நன்றாக இருக்கும் பெண்களுக்கு இந்த மாதிரியான புரிதல்கள்கூட தேவைப்படாமலே அவள் காமத் தேவைகளோடுதான் இருப்பாள். ஆனால் அதிலும் பலர் இந்த மூளைச்சலவையால் தன்னை அப்படியே எண்ணத் தலைப்பட்டு விடுகின்றனர்.

இப்படிச் சிந்தித்துப் பாருங்களேன் ஆண்களே! மெனோபாஸ் என்ற ஒன்று வெளியில் தெரியாவிட்டாலும், வயதிற்கு வருவதும் இரு பாலாருக்கும் உண்டுதானே? (ஆனால் ரத்தப்போக்கு தொடக்கம் மூலம் பெண் வயதிற்கு வருவதைக் கணிக்க முடிகிறது, ஆண் வயதிற்கு வருவது அவன் உடற்தேவைகள் அவனுக்கு ஆரம்பிக்கையில். அது அவனுக்கு மட்டுமே தெரியும். ஆதலால் அதைப் பற்றி யாரும் பேசுவதில்லை. அதனால்தான் பல ஆண்கள் 10 வயதிலிருந்து 13/14 வயதிற்குள் பொதுவாகச் சுய இன்பத்தில்

ஈடுபடத் தொடங்குகிறார்கள்) ஆணிற்கும் ஒரு குறிப்பிட்ட வயதிற்குப் பின் உடல்ரீதியான மாற்றங்கள் வரத்தானே செய்கிறது? எத்தனை முயன்றாலும் உச்சம் அடைய மிகவும் தாமதமாவது, இல்லை சட்டென ஆரம்பத்திலேயே எதிர்பாராமல் அடைந்து விடுவது, சமயத்தில் உச்சமே அடையமுடியாமல் போவது என்ற பல பிரச்சினைகள் சிறிதுசிறிதாக வெளிப்படத்தானே செய்கிறது? ஒருவேளை உங்களின் அந்தப் பிரச்சினையை எதிர் கொள்ள இயலாமல்கூட மெனோபாஸ் எய்தியும் கலவியில் ஈடுபாடு உள்ள பெண், ஒதுங்கி வாழலாம் இல்லையா? ஆனால் அவளுக்குத்தான் விருப்பம் போய்விட்டதாக நீங்கள் ஒரு மாயையில்கூட இருக்கலாம்தானே?

ஒரு ஆணிற்குப் பாடையில் போகும்வரை காமம் தேவைப்படுகிறதென்பதை மார்தட்டி பெருமையாகச் சொல்லிக்கொள்ளும் மூடர் சமூகம்தானே நம் சமூகம்? இயற்கை யாருக்கும் பாகுபாடு பார்ப்பதில்லை. ஆணிற்கு இருக்கும் தேவை, பெண்ணிற்கும் உண்டு. அவரவர் உடல் ஆரோக்கியம் மன ஆரோக்கியத்தைப் பொருத்தே, அது பாடை வரையிலுமா அதற்கு முன்பா என்பதை நிர்ணயிக்கிறது.

ஆனால், ஆணிற்கு மட்டும் சாகும்வரை இருக்கும் என்றும், பெண்ணிற்கு மெனோபாஸுடன் முடிந்துவிடும் என்றும் மூளைச்சலவை செய்யப்பட்டிருப்பதால், எதுவுமே முடியாத நிலையிலும் ஒரு ஆண் அலைந்துகொண்டே இருக்கிறான். *(தனக்குத்தானே அந்தக் கூற்றை நிரூபித்துக் கொள்வதற்கான முயற்சியாக இருக்கலாம்.)*

எங்கே தன்னால் முடியாத காலத்தில் தன்னவள் தன் தேவைக்கு வேறொருவனை நாடிவிடுவாளோ என்ற அச்சத்தில், அதைத் தடுக்கவே அவளுக்கு அந்தத் தேவை இல்லாமல் போகிறது என்ற மூளைச்சலவையைத் தனக்குச் சாதகமாக ஆக்கிவைத்திருக்கிறது இந்த ஆணாதிக்க சமூகம். இதனால் ஆதிக்கமே இல்லாத

ஆண்கள்கூட இதை அப்படியே சிரமேற்கொண்டு வாழ்கிறார்கள்.

இன்னும் ஒரு படி மேலே போய் பெண்ணிற்கு அது அவசியமேயில்லை. அவள் தேவை, அவள் கவனமெல்லாம் அன்பும் குடும்பமும் மட்டுமே எனவும், பிள்ளைகள் பெற்றவுடன் அவளுக்குக் காம உணர்வே அற்றுவிடுவதாகவும் சொல்லித்திரியும் அற்ப ஜென்மங்களும் இங்கே உள்ளன. அவள் தேவையை முடக்கிப் போட்டுவிட்டு, (இல்லை தன் இயலாமையை உணரா ஜென்மமாகக்கூட இருக்கலாம்), தான் வெளியில் அலைவதற்கான காரணத்தை நியாயப்படுத்துவதற்கான உத்தியாகவும் இது பயன்படுத்தப் படுகிறது.

மெனோபாஸ் என்பது இருவருக்கும் உண்டு. அது வரும் நேரம், காலம், வெளிப்பாடு வித்தியாசமாக இருக்கலாம். இருவரும் இதை உணர்ந்து, புரிந்து, உறுதுணையாய் நின்றால் எல்லாம் சாத்தியமே, இன்னும் மெருகுகூடும் உறவில்.

இதை இப்படி நம்ப வைத்ததில் தனக்குத்தானே கொள்ளிவைத்துக் கொண்டாகிவிட்டனர் ஆண்கள். அக்காலத்தில் பெண் உடல் உறவிற்கு உகந்தவளில்லை என்று நினைக்கும் வேளையில், எந்த வயதிலும் சிறிய வயது பெண்ணைத் தேடி உறவு வைத்துக்கொள்வது பொதுவாகவே அங்கீகரிக்கப்பட்ட விஷயமாக இருந்தது. அதனால் அக்கால ஆண்களுக்கு நட்டமில்லை. ஆனால் இன்று? அந்த மூளைச் சலவை மட்டும் இன்னும் இருக்க பலரறிய இக்காரியங்களைச் செய்ய இயலாமல் அவனும் காய்ந்துபோய்த்தான் கிடக்கிறான். வினை விதைத்தால் வேறென்ன அறுக்க இயலும்?

இயற்கையில் ஆணும் பெண்ணும் இனவிருத்திக்காக உடலுறுப்பில் மாற்றம் கொண்டவர்களேயன்றி, மற்ற எல்லா வேறுபாடுகளும் சுயநலமிகளால் உருவாக்கப் பட்ட கட்டுக் கதைகளே!

தனிமை - கொடுமையா? வரமா?

பொதுவாக நான் சந்தித்த மனிதர்களில் தனிமை வரம் என நினைப்பவர்கள் 10 சதவிகிதம்கூடத் தேறுவதில்லை! கொடுமை எனக் கதறுபவர்களையே அதிகம் காண்கிறேன். கொஞ்சம் சிந்திப்போமா?

எவ்வளவு பெரிய கூட்டத்தில் இருந்தாலும் ஒவ்வொரு மனிதனும் தனியே! எத்தனை நெருக்கமான மனிதர்கள் இருந்தபோதிலும் நம் மனதில் உள்ளவற்றை 100 சதவிகிதம் யாரோ ஒருவருடனாவது பகிர இயலுமா? ஒரு நல்லதோ, கெட்டதோ எல்லோரையும் ஒரேபோல் தாக்குமா? முதலில் சேர்ந்து பிறக்கிறோமா இல்லை இறக்கத்தான் செய்கிறோமா? உண்மையைச் சொல்ல வேண்டுமானால் தனிமை என்பது ஏற்படுத்தப் படுவதும் இல்லை, அகற்றப்படக் கூடியதும் இல்லை! அதுவே இயற்கை, அதுவே உண்மை! பிறகு ஏன் அதைக் கண்டு இவ்வளவு பயம்?

தனிமை என்பது உடலால் தனித்திருத்தல் மட்டும்தானா? கூட்டத்தில் இருந்தாலும் ஒட்டாத மனிதர்கள் நடுவே நாம் தனிமையைத்தானே உணர்கிறோம்?

இந்தத் தனிமைக்கு பயந்தே நிறைய மனிதர்கள் திருமணம்கூட செய்து கொள்கிறார்கள். தனியாக விடப்பட்டு விடுவோமோ திருமணம் செய்யாவிட்டால் என்று. விரும்பி ஒன்றைச் செய்வதும், பயத்தில் ஒன்றைச் செய்வதும் ஒரே பலனைத் தருமா?

லதா

இந்தத் தனிமையின் கொடுமைதான் பலரைப் பிற ஆண்களையோ, பிற பெண்களையோ நாடச் சொல்கிறது. இந்தத் தனிமையின் கொடுமை திருமணமாகிக் குடும்பம், குழந்தைகள் என இருப்பவரையே அதிகம் பாதிக்கிறது. சில வருட காலம்வரை பிள்ளைகள் வளர்ப்பு, வேலை எனத் துரித கதியில் ஓடிக்கொண்டிருக்கும்வரை அது தெரிவதில்லை! ஒரு 40/45 வயதில் பொறுப்புகள் கொஞ்சம் குறைய, வேலை பளுக்கள் குறைய, தனக்கென நேரம் கொஞ்சம் தென்பட, அந்த நேரத்தில் என்ன செய்வதெனப் புரியாமல் விழிக்கும்போதுதான் புரிகிறது, மனம் திறந்து பேசிப் பொழுதுபோக்கக்கூட நமக்கு யாருமில்லையென!

இத்தனை நாட்கள் உடனிருந்த வாழ்வில் ஒருவரை ஒருவர் நட்பாகப் பழகி வாழக் கற்றுக்கொண்ட தம்பதியினரை இது அவ்வளவாகப் பாதிப்பதில்லை! ஆனால் இங்கு நடப்பது பெரும்பாலும் ஒரு இயந்திர வாழ்க்கையே!

குடும்பம் என வந்ததும் சில மாதங்கள் புதிய வாழ்க்கை, சுவாரசியம். பிறகு குழந்தைகள், வீட்டில் பெரியவர்கள் இருந்தால் அவர்கள், சம்பாத்தியம், பிள்ளைகள் படிப்பு, எனப் பொறுப்புகள் பின்னாடி ஓடிவிடுவதால், அங்கு பத்து நிமிடங்கள்கூட நட்பை வளர்க்கும் சாத்தியக்கூறுகள் இருப்பதில்லை! பேசிக்கொண்டாலும் பெரும்பாலும் வீட்டுப் பிரச்சினைகள்தான் அலசப்படும்.

ஒரு காலகட்டத்தில் பேசினாலே சண்டையோ இல்லை அர்த்தமில்லாத பேச்சுக்கள் என்பதுபோல ஆகிவிடுகிறது!

தன்னை நேசிப்பவருக்குத் தன்னுடனான தனக்கான உறவில் உரசல் இல்லாதவர்களுக்குத் தனிமை வரமாகத்தான் இருக்கும். இதனால் அவர் தனிமையில் மட்டுமே சுகம் காணுவர் என நினைப்பது தவறு. தனிமை சுகமே! இணக்கமான மனிதர்கள்

உடன் இருக்கையில் அதுவும் சுகமே! இணக்கமில்லாத உறவுகள் நடுவில் இருப்பதைவிட தன் தனிமையே அவருக்கு அதிக இணக்கமாக இருக்கும். ஒரு படி மேலே சென்றால் இணக்கமில்லாத உறவுகளின் கூட்டத்தின் நடுவில்கூட அவர்கள் மனதளவில் தன்னைத் தனிமைப் படுத்திக்கொண்டு, அது மற்றவருக்கும் தெரியாமல் நிம்மதியாக வாழக் கற்றுக்கொள்வர். ஆனால் இந்த மனமுதிர்ச்சி நாளடைவில்தான் வந்துசேரும்.

தனிமை கொடுமை எனச் சிறு வயிதிலிருந்தே மனதில் புதைக்கப்படும் எண்ணமே அன்றி வேறொன்று மில்லை! சுற்றிப் பல குழந்தைகள் இருந்தாலும் சில நேரங்களில் சில குழந்தைகள் தனக்குத்தானே பேசிக்கொண்டு விளையாடிக் கொண்டு இருக்கும். பெற்றோர்கள் அதை இயற்கையாகப் பார்ப்பதில்லை! தன் குழந்தைக்கு ஏதோ கோளாறு என நினைத்து, "அதென்ன இத்தன பேர் இருக்கும்போது நீ மட்டும் இங்க தனியா என்ன பண்ற" எனக் கூட்டத்தில் புகுத்த முற்படுவர். இது வளர்ந்த பிறகும் தொடரும். "அவ தனியா இருப்பா நானும் வந்துட்டா, நான் இருக்கேன் அவளோட, நீங்க போய்ட்டு வாங்க". என்று சில அம்மாக்கள் முடிவெடுப்பார்கள்.

தானாகத் தனியாக இருக்க விரும்பும் குழந்தை கண்டால் பயம், தனியாகப் பிள்ளையை அது ஆணோ, பெண்ணோ விட்டு வெளியே போகக் குற்ற உணர்வு. இப்படியாகத் தனிமை என்பதே ஒரு மகாபாதகம்போல் கருதப்படுகிறது!

இதன் அடிப்படைக் கோளாறு எங்கிருந்து வருகிறது?

தன்னை நேசித்து வளரும் குழந்தையை, நேசிப்பது என்றாலே மற்றவரை நேசிப்பதுதான் எனச் சொல்லிக் கொடுத்து அதன் இயற்கை குணத்தை அழிக்கிறோம். மற்றவருக்கு மரியாதை தர வேண்டும் என்று போதித்து, அதன் மேல் தனக்கிருக்கும்

தன்னம்பிக்கையையும் அழித்துத் தன்னைத்தானே சிறுகச் செய்கிறோம். இந்த முறையினாலேதான் வீட்டிற்கு வரும் பெரியவர்கள் தனக்குப் பிடிக்காததைச் செய்யும்போதுகூட (உதாரணமாக பக்கத்து வீட்டு மாமா பாலின தவறுகள் தன்னிடம் புரிந்தால்) கூட பெற்றோரிடம் சொல்வதில்லை. ஏனெனில் அதனை பொருத்தவரை பெற்றவர்கள் தன்னைவிட அவரிடம் அதிக நம்பிக்கை வைத்திருப்பதும், தன்னைவிட அவர்களை அதிகமாக மதிப்பதும் என அதற்குள் தன்மேலான ஒரு தாழ்வுணர்வு வந்துவிடுகிறது. பேசினால் ஏற்க மாட்டார்கள் என்ற முடிவிற்கே வந்துவிடுகிறது.

குழந்தைகள் பிறக்கையில் தன்னைத்தானே நேசிக்கும். அந்த நேசிப்பினால், தனக்கான உள்ளுணர்வால் பிடித்த மற்றவரையும் நேசிக்கும். இந்தப் பண்புடனே வளர்கிறது. அதற்கு ஒவ்வாத இடங்களில் யாராவது அதனை தூக்கும்போது, அதன் உள்ளுணர்வினால் அழுகையின் மூலம் அதை நமக்குத் தெரிவிக்க முயல்கிறது. ஆனால் இதனை எத்தனை பெற்றோர் புரிந்து செயல்படுகிறோம். "அது அழுது இல்ல, அத இறக்கி விடுங்க" என நம் உறவுவிடமோ, மற்ற நமக்கு வேண்டப்பட்ட மனிதரிடமோ சொல்வதற்கு இங்கு எத்தனை பேருக்கு உரம் இருக்கிறது? மாறாகக் குழந்தையிடம் அவரைத் திணிப்போம். "மாமாடா அழக்கூடாது" எனக் கொஞ்சியோ, இல்லை "அதென்ன மாமா ஆசையா தூக்கறாரு, அழற, நிறுத்து அழுகைய" என்று மிரட்டியோ அதன் மனதை உடைத்து, வந்தவர் மனதைச் சிலாகிக்கச் செய்வதுதான் நம் நாகரிகம் அல்லவா?

கண்டிப்பாக இதைப் படிக்கும்போது உங்களில் சிலருக்காவது நாமும் இப்படித்தான் செய்திருக்கிறோம் என்ற எண்ணம் வராமல் போகாது.

இப்படித்தானே சிறு வயது முதல் ஒவ்வொரு குழந்தையின் தன்னம்பிக்கையை உடைத்து, பிடிக்கிறதோ இல்லையோ வேடம் போட்டாவது கூட்டத்தில் ஒருவர்களாகக் காட்டிக்கொள்ள வைத்து, நானும் இந்தக் கூட்டத்தில் ஒருவனாகத்தான் இருக்க வேண்டும் என நினைக்க வைத்து (ஏன் நினைக்க வேண்டும்? அப்பொழுதுதான் கூட்டம் தன்னை ஒதுக்கி வைக்காது). அடி மேல் அடி கொடுத்து, ஒவ்வொரு குழந்தையின் இயற்கை குணங்களான, அன்பு, மகிழ்ச்சி, தன்னம்பிக்கை, சுயமரியாதை என எல்லாவற்றையும் தகர்த்தெறிந்து, நீ தனி மனிதனல்ல. நீ இந்தக் கூட்டத்தில் ஒருவன், அதற்காக நீ உன் சுயத்தை இழந்தே ஆக வேண்டும் என நிர்ப்பந்திக்கப்படுகிறது.

ஆனால், இங்கு எல்லோரும் மறந்துவிடுவது என்னவெனில், ஒவ்வொரு மனிதனும் தனி மனிதனே மனதால், மற்ற வாழும் முறைகளுக்குத்தான் கூட்டம் தேவைப்படுகிறது. சார்ந்து வாழ்வது – உடல் தேவைகள் பூர்த்தி செய்ய, மற்ற தினசரி அலுவல்களை மேற்கொள்ள, எனக்கு இன்றைக்கு சாம்பார் வேண்டுமானால் கேட்டுச் செய்யச் சொல்லி வாங்கிச் சாப்பிடலாம், இன்று செய்பவரும் அதையே சாப்பிட்டுக் கொள்ளலாம். ஆனால், நான் இன்று இப்படித்தான் நினைக்கிறேன் நீயும் இப்படி நினை என யாரும் யாரையும் கட்டாயப்படுத்த முடியுமா? இங்குதான் ஒவ்வொரு மனிதனின் மனதின் தன்னிச்சை பாங்கு வெளிவருகிறது. இங்கு எல்லோரும் ஒருபோல நினைப்பது அதுவும் ஒரே நேரத்தில் நினைப்பது நடவாத காரியம்.

ஒவ்வொரு மனம் ஒவ்வொரு விதத்தில் செயல்பட, ஆனால் இணக்கமுடனோ, இல்லாமலோ சேர்ந்தே வாழ நிர்ப்பந்திக்கப்பட என்று காலம் சுழல்கிறது. நாளா வட்டத்தில், மனம் மயக்க நிலைக்குத் தள்ளப்படுகிறது, இப்படிப்பட்ட வாழ்வுதான் நிதர்சனம் என நினைக்க வைக்கப்படுகிறது. மற்ற மனிதர்கள் இல்லாமல் வாழவே முடியாது என்று மூளைச்சலவை

தன்னைத்தானே செய்து கொள்ள விழைகிறது. அவ்வப்பொழுது விழித்துக்கொள்ளும் மனதை அடக்கி அன்றாட வேலைகளில் மூழ்கி அதை மரணிக்க வைக்க முயற்சி நடக்கிறது.

தன் மனதை மரணிக்க வைக்க முயற்சி செய்கையில், தனக்கான வாழ்வில் (அவன் மட்டுமே வேண்டும் அந்த வாழ்வில்) அவன் தோற்கடிக்கப்படுகிறான். சுயம் இழக்கிறான், மீண்டும் மீண்டும் தன் மீதான மதிப்பை இழக்கிறான், கையாலாகாத தன் மேல், அன்பு தொலைத்துக் காழ்ப்புணர்வு கொள்கிறான். நிம்மதி தொலைத்த மனம் அவன் தனிமையில் இருந்தால் அவனை மீண்டும் மீண்டும் இடித்துரைக்கிறது. அதைச் சந்திப்பதைத் தவிர்க்கவே கூட்டம் தேடுகிறான். கூட்டம் கிடைக்காவிடில் கொடுமையாக உணர்கிறான். தன்னைத் தன்னாலேயே ஏற்றுக்கொள்ள முடியாத தன்மையினாலேயே தனிமை கொடுமை ஆகிறது.

சித்திக்கத் தவறும் ஒன்று. நம்முடன் நம்மாலேயே இருக்க முடியாதெனில், வேறு யார் நம்முடன் இருக்க முடியும்? நம்மை நாமே ஏற்காவிடில், வேறு யார் நம்மை ஏற்பர்? நம்மேல் நமக்கே அன்பில்லாவிடில், வேறு யார் அன்பு செலுத்துவர்? நம்மை நாமே மதிக்காவிடில், நம்மை வேறு யார் மதிப்பர்? நாம் என்னவாக இருக்கிறோமோ அதுதான் நம்மை வந்தும் அடையும்.

●